എന്നിട്ട്

INSIGHT PUBLICA ®

Nadakkave, Kozhikode, Kerala
www.insightpublica.com
e-mail: insightpublica@gmail. com

Ennittu

(Malayalam Stories)

Editor: P Krishnadas

First Edition : January 2018
This Edition: November 2023

ISBN 978-93-87398-28-3
Printed and Published by
InsightinPublica Printers & Publishers Pvt Ltd.

എന്നിട്ട്

എഡിറ്റർ: പി കൃഷ്ണദാസ്

INSIGHT PUBLICA ®

കാസർഗോഡ് ജില്ലയിലെ മടിക്കെയിൽ 1994 ൽ ജനനം.

അച്ഛൻ: എം പി നാരായണശർമ്മ

അമ്മ: ദ്രൗപതി വി എൻ

ഡോ അംബേദ്ക്കർ ആർട്ട്സ് ആൻഡ് സയൻസ് കോളേജിൽ നിന്ന് ഫിസിക്സിൽ ബിരുദം, കണ്ണൂർ സർവ്വകലാശാല ഡോ പി കെ രാജൻ സ്മാരക കാമ്പസിൽ നിന്ന് മലയാളസാഹിത്യത്തിൽ ബിരുദാനന്തരബിരുദം. കണ്ണൂർ സർവ്വകലാശാല കഥാപുരസ്കാരം, കെ വി അനൂപ് കലാലയ കഥാപുരസ്കാരം എന്നിവ കരസ്ഥമാക്കിയിട്ടുണ്ട്.

ആനുകാലികങ്ങളിൽ കഥകളും ലേഖനങ്ങളും പ്രസിദ്ധീകരിച്ചിട്ടുണ്ട്. ഇപ്പോൾ നീലേശ്വരം സി കെ നായർ ആർട്സ് ആൻഡ് മാനേജ്മെന്റ് കോളേജിൽ മലയാളം അധ്യാപകൻ.

വിലാസം:

പി കൃഷ്ണദാസ്
പെരികമന, മടിക്കൈയിൽ
ഏച്ചിക്കാനം (po)
ആനന്ദാശ്രമം (വഴി)
കാസർഗോഡ് -671 531
krishnadasperikamana18@gmail.com

പി കൃഷ്ണദാസ്

ആമുഖം

പി. കൃഷ്ണദാസ്

"കഥ പറയാം, ഒരു കഥ പറയാം
കഥയിലുമുണ്ടൊരുകഥ, യുൾക്കഥയതു
പറയാമാരും പോകരുതേ!"

കഥന കലയുടെ നാടോടിവഴികളെ ആശ്ലേഷിച്ചുകൊണ്ടാണ് അയ്യപ്പപ്പണിക്കരുടെ ഒരു കവിത ആരംഭിക്കുന്നത്. പിറന്ന ഊരിലേക്ക് മടങ്ങാനുള്ള വെമ്പൽ ഏതൊരു ആഖ്യാനത്തിലും ദർശിക്കാം. ആദിമകാലത്തെ ഏകാന്തമായ രാത്രികളും, ഉറങ്ങാതെ കത്തുന്ന വിറകുകളും അതിന് ചുറ്റും നിദ്രയെ (മരണത്തെ) ജയിക്കാൻ പരസ്പരം കൈ മാറുന്ന കഥകൾ, ജീവിതങ്ങൾ. മനുഷ്യാധ്വാനത്തിന്റെ യശഃസ്തംഭങ്ങളായിത്തീർന്ന കലാസൃഷ്ടികളുണ്ട്. ഓരോ തലമുറയെയും അസ്വസ്ഥമാക്കുന്നവ. അതിന്റെ ആഖ്യാനഘടനയെ ഇളക്കിയെടുത്ത് പരിശോധിച്ചാൽ നാ ചെന്നെത്തുക കഥകൾ കൈമാറിയിരുന്നആ രാത്രികാലങ്ങളിലേക്കാണ്. 'കഥ'കളിലേക്ക് മിഴിവേറുന്നത് രാത്രിയിലാണ്. ഷെഹർസാദ് ഉറങ്ങാത്ത ആയിരത്തൊന്നു 'രാവുകൾ' സാക്ഷ്യം. ഇരുൾ പടരുന്നകാലത്ത് തന്നെയാണ് പ്രതിരോധത്തിന്റെ നവീന മാതൃകകൾ ഉയിർകൊള്ളേണ്ടത്. അവനവനോടും (അവളവളോടും) നടത്തുന്ന വലിയ സമരങ്ങൾ, അതിന്റെ തുടർച്ചകൾ; വലിയ കലാസൃഷ്ടികളുടെയെല്ലാം ബീജം ഈ തുടർച്ചകളിലാണുള്ളത്. 'അസത്യപ്രചരണം' ആയുധമാകുന്ന കാലത്ത് വറ്റാത്ത ആത്മശോഭയുടെ പ്രകാശനസ്ഥാനങ്ങളായി തന്നെ സാംസ്കാരികസൃഷ്ടികളെ കണക്കാക്കേണ്ടതുണ്ട്. വീണ്ടും വീണ്ടും ജീവിതത്തിന്റെ താഡനങ്ങളേറ്റ് വാങ്ങുന്ന മനുഷ്യജീവിതത്തെ;

താഡനങ്ങളിൽ മെരുങ്ങാത്ത അവരുടെ പോരാട്ടത്തെ പലരീതിയിൽ ആവിഷ്കരിക്കാനുള്ള ശ്രമങ്ങളാണ് കലയുടെ ചരിത്രം. "പല ദേശത്തിൽ, പല വേഷത്തിൽപ്പലപല ഭാഷയിൽ, ഞങ്ങൾ കഥിപ്പൂ" എന്ന് കവി.

'കഥാകഥനത്തിന്റെ വൈവിധ്യത്തിന്റെ കഥയാണ് കഥയുടെ കഥ' എന്ന് പറയാറുണ്ട്. ഈ വൈവിധ്യങ്ങളെ ചേർത്ത് കെട്ടുക അത്ര എളുപ്പമല്ല. ഓരോ കാലയളവിലും ആഖ്യാനത്തെ കുറ്റമറ്റതാക്കാനുള്ള നവീനോപാധികൾ ആഖ്യാതാവ് തേടുന്നു. നടപ്പ് ശീലങ്ങളിൽ ചിലർ അണിചേരുന്നു. ശീലങ്ങൾ നിർമിക്കുന്ന അധികാരത്തിനെതിരെ തങ്ങളുടെ ആഖ്യാനത്തിലൂടെ മറ്റ് ചിലർ സമരം ചെയ്യുന്നു.

തൊണ്ണൂറുകൾ മറ്റൊരു നൂറ്റാണ്ടിലേക്കുള്ള സംക്രമണ കാലഘട്ടമാണ് സാഹിത്യത്തിലും കലയിലും രാഷ്ട്രീയത്തിലും വലിയ മാറ്റങ്ങൾ ആരംഭിച്ചകാലം. ഈ സമാഹാരം പുതിയ കാലഘട്ടത്തെയാണ് പ്രതിനിധീകരിക്കുന്നത്. അവരുടെ ആഖ്യാന വഴികളെയാണ് രേഖപ്പെടുത്തുന്നത്. കഥയിലെ ഈ 'പുതുനാമ്പുറ്' അവകാശവാദങ്ങളേതുമില്ലാതെ, ശരി/ തെറ്റ് മാനദണ്ഡങ്ങളില്ലാതെ കുറച്ച് കഥകൾ അവതരിപ്പിക്കുകയാണ്. പല ദേശങ്ങളിൽ, ചുറ്റുപാടുകളിൽ, ഭാഷണ വ്യവസ്ഥയിൽ പാർക്കുന്ന, ഒരു കാലഘട്ടത്തിന്റെ നേർത്ത നൂലിനാൽ ബന്ധപ്പെടുന്ന ചില കഥകൾ. ഇനിയും, ഒട്ടേറെ എഴുത്തുകൾ ഈ കാലഘട്ടത്തിന്റേതായി ഉൾപ്പെടുത്തേണ്ടതുണ്ട്. സമീപഭാവിയിൽ വലിയ സമാഹാരങ്ങൾ വായനക്കാരിലെത്തട്ടെ.

ഈ സമാഹാരത്തിന്റെ ആശയവും ഊർജ്ജവുമായ സുമേഷേട്ടൻ, പുതുകാല എഴുത്തുകളെ സസൂക്ഷ്മം വീക്ഷിക്കുന്ന, കഥകൾ കണ്ടെത്താൻ സഹായിച്ച സാമൂഹിക മാധ്യമങ്ങളിലൂടെയും അല്ലാതെയും പിന്തുണ നൽകിയ പ്രിയസുഹൃത്തുക്കൾ (ആത്മാവിന്റെ അയൽക്കാർ!!) ഏവരെയും ഈ അവസരത്തിൽ സ്നേഹാദരങ്ങളോടെ ഓർമ്മിക്കുന്നു. കഥകൾ അയച്ച് ഈ ഉദ്യമം 'കളറാക്കിയ' പ്രിയകഥാകൃത്തുകളോടും സ്നേഹം. തുടർച്ചകൾ പ്രതീക്ഷിക്കുന്നു.

വിവേകശാലികളായ വായനക്കാരെ, ഇനി നിങ്ങളുടെ ഊഴമാണ്. കഥകളിലൂടെ കടന്ന് പോയി തുടർന്നെഴുതിയാലും. ബാറ്റൺ നിങ്ങൾക്ക് കൈമാറുന്നു.

●

ഉള്ളടക്കം

ക്യാപ്ച്ചറിംഗ് വെള്ളം തെളിപ്പൻ

മൃദുൽ വി.എം.

“വർദ്ധമാന മഹാവീരാ... സൂക്ഷിച്ച് നോക്കൂ. ചത്തുമലർന്നു കിടക്കുന്നത്. അതുതന്നെയല്ലേ....?! കൈരളിയിലെ രാജേഷ്ബാബുവിലേക്ക് ഒരു കോൾ ടച്ച് ചെയ്തുകൊണ്ട് സുരേന്ദ്രൻ നീണ്ടുവരണ്ട താടി തടവി. വീരൻ, തലയുയർത്താതെ മെഴുക്കുപുരണ്ട പുഴയുടെ ചെളിവെള്ളത്തിൽ തന്നെയായിരുന്നു. കറുത്ത തുടങ്ങിയ എണ്ണപ്പശിമയുള്ള ഓളങ്ങളിൽ വെയിലെത്തിനോക്കി വമ്പു കാണിക്കുന്നു. ദീർഘനിശ്വാസത്തോടെ അയാൾ എഴുന്നേൽക്കാൻ ശ്രമിച്ചു. സുരേന്ദ്രൻ കൈ സഹായിക്കും മുൻപേ ആ തളർന്ന ശരീരം ചെളിവെള്ളത്തിലേക്ക് കമഴ്ന്നു വീണു.

“വീരാ...” സുരേന്ദ്രൻ നിലവിളിയോടെ വെള്ളത്തിലേക്കു പാഞ്ഞു. പാലത്തോടു ചേർന്ന് സിമന്റ് കോൺക്രീറ്റിലേക്ക് പിടിച്ചിരുത്തി സുരേന്ദ്രൻ അയാളെ സമാധാനിപ്പിച്ചു. നിയന്ത്രണമില്ലാതെ പടർന്നിറങ്ങിയ ചുരുളൻ മുടിയിഴകളിൽ നിന്നും കൊഴുത്ത വെള്ളത്തുള്ളികൾ ഇറ്റിക്കൊണ്ടിരുന്നു.

“പൊക്കുടച്ചേട്ടൻ...?! വീരൻ ആധിയോടെ തലപൊക്കി. സുരേന്ദ്രൻ നിശബ്ദനായി. നിഷേധാർത്ഥത്തിൽ തലയാട്ടി.

“വേണ്ട... ഓറ് അറിയേണ്ട... പൊഴ ചത്തു സുരേട്ടാ...” വീരന്റെ ഉള്ളിൽ നിന്നും കുത്തിയൊലിച്ച് മറ്റൊരു പുഴയൊഴുകി.

ഏങ്ങലടിയിൽ നിശബ്ദമായ ഓളങ്ങളിൽ ആ കറുത്ത ജീവിയും മലർന്നു കിടന്നു. പൊക്കുടേളേപ്പന്റെ ദീനമായ നോട്ടവും, സ്റ്റേഷൻ കിട്ടാത്ത റേഡിയോയിലെ കരകരപ്പപോലത്തെ പരവേശപ്പൊട്ടലും വീരന് അസഹനീയമാണ്. കന്യാകുമാരി കലത്തിലെ പൊക്കുടേളേ പ്പന്റെ പൊഞ്ഞാറിന് താൻ ആരോട് സമാധാനം പറയും...?! വീരൻ മൂക്കിറ്റിച്ച് കരഞ്ഞുതുടങ്ങി.

-വീരാ നീ ഒറങ്ങിയോ...?

-ഇല്ലേളേപ്പാ... ബുക്ക് വായിക്ക്ന്ന്.

-നീ അട്ത്തായ്റ്റ് എന്നോട് കഥയൊന്നും ചോയ്ക്ക്ന്നില്ലല്ലോ വീരാ...?

-എളേപ്പന് ശ്വാസം മുട്ട് അധികായോണ്ടാ...

-ഉം... നിനക്ക് കഥ കേക്കണോ വീരാ...

- എളേപ്പന് കയ്യോ...?

- നീ ബുക്ക് മടക്കീറ്റ് പൊറത്തന്ന് ആ കലം ഇങ്ങെടക്ക്

വീരൻ മന്ദാരത്തിനു കീഴെ വച്ച കന്യാകുമാരി കലത്തിന്റെ വക്കു പിടിച്ച് പൊക്കിയെടുത്തു. നാലഞ്ച് 'വെള്ളം തെള്യന്റെ' കുഞ്ഞുങ്ങൾ ഉത്സാഹത്തോടെ വട്ടംകറങ്ങി ഓളങ്ങളെഴുതുന്നു. പൊക്കുടേളേപ്പന്റെ മടിയിലേക്ക് കലം പതുക്കെ വച്ച് വീരൻ ഇറയത്തെ പടിയിലിരുന്നു.

'തൊണ്ട പൊട്ടുന്നായപ്പോൾ... കറുത്ത പക്കീരൻ കടലാടി മലകേറി. മലയുടെ ഇടങ്കണ്ണും വലങ്കണ്ണും തൊഴുതു. ഇടങ്കണ്ണിലെ 'കുറത്തി' പറഞ്ഞു. ഇടങ്കണ്ണു കൊത്തി ദാഹം തീർത്തോ എന്ന്. പരവേശം മൂത്ത പക്കീരൻ കൊത്തിയതോ, വലങ്കണ്ണിലും, വലങ്ക ണ്ണിലെ പഞ്ചുരുളി കോപിച്ചു. കണ്ണിൽ നിന്ന് കലക്കവെള്ളം കുതി ച്ചൊഴുകി. കലക്കവെള്ളം ...! സർവ്വത്രം കലക്കവെള്ളം. തോടും പുഴയും കുളവും കിണറും... കലക്കവെള്ളം കൊണ്ടു നിറഞ്ഞപ്പോൾ കുടിവെ ള്ളത്തിന് പക്കീരൻ വീണ്ടും മലകേറി. പഞ്ചുരുളിയെ ഉപാസിച്ചു പ്രീതിപ്പെടുത്തി. ശാന്തമായ പഞ്ചുരളി തന്റെ പൂരികക്കൊടിയിൽ നിന്നും സൃഷ്ടിച്ചതാണ് ഈ വെള്ളം തെളിപ്പന്റെ കുഞ്ഞുങ്ങളെ, ഇവർ കലക്കവെള്ളം ക്ഷണനേരം കൊണ്ട് തെളിനീരാക്കും.

വീരൻ അമ്പരന്ന് കലത്തിലേക്കു നോക്കി. ഈ സാധു ജീവികൾക്കു പിന്നിൽ ഇത്രയും വലിയ കഥയോ...! തേജയുടെ മുത്തച്ഛൻ പറയാറുണ്ട്. പൊക്കുടനറിയാത്ത കഥകളില്ലായെന്ന്.

ഈയിടെയായി തേജ തന്റെ നിഴലാവുന്നുണ്ടെന്ന് പൊക്കടെളേപ്പൻ തെല്ലൊരു കളിയാക്കലോടെ പറയാറുണ്ട്. കാര്യങ്കോട്ടു പാലത്തിന്റെ താങ്ങുവാർപ്പിന്റെ തൂണിൽ കുണ്ടൻ മമ്മദ് എഴുതിയിട്ടിരുന്നു; പണ്ട് ഏഴാംക്ലാസിൽ തോറ്റ സമയം, 'തേജ+വീരൻ' എന്ന്. വീരന് ചിരി വന്നു. കലം തിരികെ മന്ദാരത്തിനു കീഴെ വച്ച് അകത്തേക്ക് കേറുമ്പോൾ പൊക്കടേളേപ്പൻ ചിന്തയിലായിരുന്നു. കുക്കീസ് മുട്ടായിയുടെ മണമുള്ള ആ കറുത്ത പ്രാണികളെപ്പറ്റിത്തന്നെയാവണം.

ഒരു വിഷമഴ പെയ്തപ്പോൾ കൂട്ടത്തോടെ നാമാവശേഷമായ പ്രാണികളാണ്. അതിന്റെ 'ജീവനുള്ള മോഡൽ' പൊക്കടെളേപ്പന്റെ ഈ കന്യാകുമാരി കലത്തിൽ മാത്രമേയുള്ളൂ. അത്ഭുതജീവികൾ...! തേജ ആശ്ചര്യപ്പെടാറുണ്ട്. ചില മൈക്രോബസ് ചെയ്യുന്നതിന്റെ അനേകം മടങ്ങ് വേഗത്തിൽ വാട്ടർ പ്യൂരിഫിക്കേഷൻ നടത്തും ഇവറ്റകൾ...! പൊക്കടെളേപ്പൻ പറഞ്ഞതാണ്.

-തേജാ...

-ഉം...?

- നീ ആരോടെങ്കിലും പറയുമോ...?

- ന്ത്...?

-പൊക്കടെളേപ്പന്റെ പുല്ലാഞ്ഞിക്കാടിന്റെയടിയിൽ എവിടെയോ ഒരു 'ഈശ്വരന്റെ തുപ്പൽ' ഉണ്ട്.

- വീരാ... ബെണ്ടല് പറയല്ലാ മോനേ....! (കള്ളം പറയല്ലാ)

-സത്യം... നീ വാ ..... കാണിച്ചുതരാ...

പുല്ലാഞ്ഞിക്കാട്ടിലേക്ക് നൂണുകയറിയ തേജ ഞെട്ടി. സത്യമായിരുന്നു. ഒന്നാം ക്ലാസിൽ കടലാടി എൽ.പി. സ്കൂളിൽ പോയ ആദ്യ ദിവസം. സോജി മൂപ്പറെ കയ്യാലയിലെ 'കൊക്കച്ചെടി' ക്ക് മുകളിൽ കണ്ടു മറന്നതാണ്, അതിനെ, വെൽവെറ്റു പോലെ പതുത്ത കട്ടിച്ചോപ്പുള്ള ആ ജീവിയെ അംഗിതനാണ് അന്ന് ചെവിയിൽ പറഞ്ഞത്.

-ഈശ്വരന്റെ തുപ്പൽ-

അന്ന്, പുല്ലാഞ്ഞിയുടെ നേർത്ത മണമുള്ള ഒരു തണുത്ത കാറ്റിൽ. തേജ ആദ്യമായി തനിക്കു വികാരമുണ്ടായി എന്നു പറഞ്ഞു. പൊക്കടെളേപ്പൻ വരുംമുൻപ് അവൾ കുറുക്കുട്ടി മരത്തിലേക്ക് ചേർത്തുനിർത്തി എന്നെ ചുംബിക്കുമോ എന്നപേക്ഷിക്കുകയായിരുന്നു.

സുദീർഘമായ ആലിംഗനത്താലും ചുംബനത്താലും പ്രണയത്തിന്റെ പച്ചച്ച കാട്ടുകളിൽ അവൾ തന്നെ മേയ്ച്ച് കൊണ്ടു പോകുന്നത് അറിയാനാവുന്നുണ്ട്.

"എളേപ്പാ, സുരേട്ടൻ പറയിന്ന്, ആ വെള്ളം തെളിപ്പന്റെ കുഞ്ഞുങ്ങളെ കാര്യങ്കോടേക്ക് കൊണ്ടോയ്ക്കോട്ടെന്ന്..."

കൈതയുടെ ഓലകൾ ഒതുക്കിയെടുക്കുന്നതിനിടയിൽ പൊക്കുടെളേപ്പൻ തലയുയർത്തി. വിയർപ്പുപൊടിഞ്ഞൊഴുകിയ കറുത്ത മുഖം കൂടുതൽ ഇരുണ്ടു. എന്താ പറയാനോങ്ങി. വീരൻ പിന്തിരിഞ്ഞപ്പോൾ കൈതോലയിൽ സർവ്വ ദേഷ്യവും ഊക്കോടെ ആഞ്ഞുകൊത്തിത്തീർത്തു. പിന്നൊരു സന്ധ്യയിൽ എറെ നേരത്തെ വാഗ്വാദത്തിനു ശേഷം, സുരേന്ദ്രന്റെ ഉറപ്പോടെ എളേപ്പൻ സമ്മതിക്കുകയായിരുന്നു. അസ്വസ്ഥത പടർന്ന് അന്നു രാത്രി മുഴുവൻ പുല്ലാഞ്ഞിക്കാട്ടിൽ ഉറങ്ങാതിരിക്കുകയായിരുന്നു ഹളേപ്പൻ.

"വീരാ നോക്ക്.... ചാനലുകാരെക്കെ വന്നു... വർഷങ്ങൾക്കു മുമ്പ്, അന്യം നിന്ന വെള്ളം തെളിപ്പിനെ ഒപ്പിയെടുക്കാൻ..."

സുരേന്ദ്രൻ വീരന്റെ താടി പിടിച്ചുയർത്തി. ഓർമ്മകൾ പൊട്ടുന്നനെ വറ്റി അയാൾ വിളറി വെളുത്തു. ഇന്ത്യാവിഷന്റെ ഫൗസിയ മൈക്കിനു ചുണ്ടൊപ്പിച്ച് ഇൻട്രൊ പറയാൻ ശ്രമിക്കുന്നു. ഒരു ശരീരം മൊബൈലിൽ പകർത്താൻ എത്തിയ ചെറുപ്പക്കാർ നിരാശയോടെ മൂട്ടിൽ ഒരു 'മൈ' ഇട്ട് ബൈക്കിൽ പാലം കടന്നു പോയി.

ഷർട്ടിടാതെ, തിട്ടപിടിച്ച് കയറി വരുന്ന വീരനിലേക്കാണ് ആദ്യം ക്യാമറകൾ ഫോക്കസ് ചെയ്തത്. വാക്കുകൾ കെട്ടവനെപോലെ അയാൾ ക്യാമറകളെ വകഞ്ഞു മുന്നോട്ടാഞ്ഞപ്പോൾ അവർ പുഴയിലേക്ക് ക്യാമറക്കൊളുത്തിട്ടു. അവജ്ഞ കലർന്ന ഒരു ക്ലോസപ്പിൽ അവർ മടുത്തു പിന്തിരിഞ്ഞു.

ഉച്ചയിലേക്ക് കലങ്ങിയ മനസിൽ ഓളങ്ങളെഴുതുന്ന കുഞ്ഞൻ പ്രാണികളെ വീരനപ്പോൾ വായിക്കാൻ ശ്രമിച്ചു. അത് ചത്തു... ആ പൊഴ ചത്തു.

●

* വെള്ളം തെളിപ്പിൽ -എഴുത്തച്ഛൻ എന്നറിയപ്പെടുന്ന പ്രാണി.

വേനൽപ്പനിയിലെ ഉയിർശൈത്യം

ലിജിഷ. എ.ടി.

നരച്ച ദിനങ്ങൾ. ശാലിനിയ്ക്കു മടുത്തുതുടങ്ങിയിരുന്നു. വേദനയൊക്കെ കുറഞ്ഞു. എങ്കിലും വലിയൊരു ശൽകത്തിനുള്ളിലാണ് താനെന്ന് അവൾക്കു തോന്നി. രണ്ടായിരംരൂപ കൊടുത്ത് സെറ്റ് ഓഫ് ബോക്സ് വെയ്ക്കാത്തതു കൊണ്ട് ഓരോ ചാനലും കൊഴിഞ്ഞ് കൊഴിഞ്ഞ് ഒടുവിൽ ടി.വി തുറന്നാൽ 'ചീ' എന്നൊരു ഒച്ചയും, കറുപ്പും വെളുപ്പും കലർന്ന പൊട്ടുകളുടെ മിന്നിക്കത്തലും മാത്രമാണ് കാണുന്നത്. പുറത്താണെങ്കിൽ അകാലത്തിലേ മൂത്തുനരച്ച വെയിൽ. ഫോണിൽ ഡാറ്റ കേറ്റാനുള്ള കാശു പോലുമില്ല. സ്റ്റൈപ്പന്റ് മുടങ്ങിയിട്ട് മാസങ്ങളായി.

തേച്ചിട്ടില്ലാത്ത ചുവരുകളിൽ നിറയെ ക്ലറകളുടെ ഒളിച്ചുകളിയാണ്, മേശപ്പുറത്ത് അടുക്കിവെച്ച പുസ്തകങ്ങൾക്കിയിലേക്ക് ചിതൽ വള്ളികൾ തഴച്ചു വളർന്നിറങ്ങിപ്പോയിരിക്കുന്നു. മനുഷ്യൻ സ്വയം നിർമിക്കുന്നു, നിശബ്ദവസന്തം, ശിവജി ആരായിരുന്നു... ആദ്യമെടുത്തുനോക്കിയ എല്ലാ പുസ്തകങ്ങൾക്കുള്ളിലും ചിതലുകൾ ചിത്രപ്പണി ചെയ്തിട്ടുണ്ടായിരുന്നു. മേശപ്പുറത്തു നിന്ന് കറുത്ത ഹിറ്റെടുത്ത് എല്ലാ ചിതലുകളേയും അവൾ കൊന്നൊടുക്കി. ചിതലുകൾക്ക് കാപ്പിക്കാലുറയും വെളുത്ത ബനിയനും ഇട്ടുകൊടുക്കണമെന്ന് അവൾക്കു തോന്നി. കഴിഞ്ഞ തവണ ഹോസ്റ്റലിൽ നിന്നും വന്നപ്പോൾ ചിതലുതിന്നുപേക്ഷിച്ചത് ബാല്യകാലസഖിയും പാവങ്ങളും ആരാച്ചാരുമായിരുന്നു. ബേപ്പൂർ സുൽത്താന്റെ പുസ്തകങ്ങൾ അന്നു ആടു തിന്നെങ്കിൽ, ഈ രണ്ടായിരത്തിപ്പതിനാറിൽ ശാലിനിയ്ക്ക് തൊന്തരവുണ്ടാക്കുന്നത്

ചിതലുകളാണ്. രാത്രിയാണെന്ന് കരുതി വഴിതെറ്റിവന്ന ചുണ്ടെലി ശാലിനിയെ കണ്ട് തിരിച്ചോടി കട്ടിലിനടിയിൽ ഒളിച്ചു.

ശാലിനിയുടെ നീണ്ട മുടിയിഴകൾ എണ്ണയില്ലാതെ വരണ്ടിരുന്നു. കുഴിഞ്ഞ കണ്ണുകൾ ജീവിപ്പിക്കാൻ അവൾ കൺമഷിയെഴുതി. കറാമ്പൂവിന്റെ നിറമുള്ള തൊലി കുളിക്കാതിരുന്നിട്ടും മിനുത്തു കിടന്നു. കുളിച്ചിട്ടെത്ര ദിവസമായി?! ജനലിനപ്പുറത്തത് വെയിൽ ഉന്മാദിക്കുകയായിരുന്നു. പനി വരുന്നതുപോലെ നേരിയൊരു വിറയലും തണുപ്പും അവൾക്കനുഭവപ്പെട്ടു. വേനലിൽ പനി പൂക്കുന്നത് ഉയിരിൽ ശൈത്യകാലഋതുവിനെ വരവേൽക്കാനാണത്രേ! കിഷുവിന്റെ വാക്കുകളാണ്.

"ടീ... പെണ്ണേ... ഞാൻ പോവാണ്. ചെലപ്പം വൈന്നാരാകും വരാൻ" അമ്മ മുറിയുടെ വാതിൽക്കൽ നിൽക്കുന്നു!

"എങ്ങട്ടാ? തൊഴിലൊറപ്പാ?"

"അല്ല"

"പിന്നെ?"

അമ്മയുടെ മുഖത്ത് ചമ്മൽപ്പാടയുണ്ടായി.

"സമരത്തിനാ."

"സമരത്തിനോ? ഇന്നു സൂര്യൻ കെഴക്കന്നെയല്ലേ ഉദിച്ചത്?" ശാലിനി ജനലിനു പുറത്തേക്ക് നോക്കി.

"അതെന്താ അന്നക്കേ ദൊക്കെ പറ്റു? ഞങ്ങക്കു പറ്റൂലേ?"

"പറ്റായ്കയൊന്നുല്ല്യ. അല്ലാ ആർക്കെതിരെയാ?"

"ആ ഫിഫ്റ്റിഫിഫ്റ്റിക്കാർക്കെതിരാ. ഓരോ മിനിഫാഷൻ ജ്വല്ലറീന്റെയാൾക്കാരാണ്." അതു പറയുമ്പോൾ അമ്മയുടെ കണ്ണുകൾ അൽഭുതം കൊണ്ടു വിടർന്നു തുറിച്ചു.

"ദാ.... ഇങ്ങക്കിപ്പഴാണോ ബോധം വന്നത്? ഈ കാര്യം ഞാനെത്ര വട്ടം പറഞ്ഞതാ ഇങ്ങളോട്? മലയാളത്തീതന്നെയല്ലേ ഞാനും പറഞ്ഞത്? ഇന്നലെ എന്നെപ്പറഞ്ഞതൊക്കെ ഓർമണ്ടോ ഭാർഗവിത്തള്ളേ..."

"ഇക്കോർമല്യ. ജ്ജ് ന്നെ ചോദ്യം ചെയ്യണ്ട. കഞ്ഞിണ്ടവ്ടെ. കറമൂസക്കറീ. ഇന്നൽത്തെ എറച്ചി ചൂടക്കി വെച്ചിട്ടുണ്ട്. നക്കീട്ട് മിണ്ടാണ്ട് കെടന്നോളണം" അമ്മ വെട്ടിത്തിരിഞ്ഞൊരു പോക്ക്.

ഇന്നലെ കണ്ട ഭാർഗവിയല്ല ഇന്ന്. എന്തൊരു പരിണാമം! ശാലിനിക്ക് ഇന്നലത്തെ ദിവസം ഓർക്കാതിരിക്കാനായില്ല. സമരം ചെയ്തതിന് കഴിഞ്ഞ ഒരു മാസായിട്ട് ചെവി പൊട്ട്ന്ന

ചീത്തയാണവൾ കേൾക്കുന്നത്.

"അമ്മ ഇന്നിത്തിരി ബീഫ് കൊണ്ടരുവോ?" എന്നു ചോദിച്ചതാണ് ഇന്നലത്തെ പുകിലിന്റെ തുടക്കം. ചോദിച്ചു കഴിഞ്ഞതും ശാലിനി ചൂണ്ടാവിരലുകൊണ്ട് രണ്ടു ചെവീം പൊത്തിപ്പിടിച്ചു. എന്നിട്ടും കട്ട ത്തെറി ആന്തരകർണത്തിലൂടെ സുഖമായൊഴുകി.

"പണ്ടാര കുര്പ്പത്ത്യേ.... ചെലക്കണ്ട നിയ്യ്! അണക്ക് ബീഫ് വേണം ല്ലേ? പൈസ അന്റെ മറ്റേൻ കൊണ്ടത്തന്ന്ന്നോടീ ഒരു മെട്ടോളെ... ചോര നീരാക്കി പഠിക്കാൻ വിട്ടാല് പഠിച്ചാൽപ്പോര. കണ്ടോര് ചത്തേന്ന് ഓള് സമരം ചെയ്യാനെറങ്ങീര്ക്ക്യോ... അന്റെ തന്തചത്തപ്പോ ഇത്ര ദണ്ണം ണ്ടായീന്നോടീ അണക്ക്?"

ഹിമഗിരികളാക്കി മനസിൽ സൂക്ഷിച്ചതൊക്കെ ഉരുക്കിയൊലി ച്ചെന്നു വരും. പിന്നെ പ്രളയമാണ്. പിടിവിട്ടു വീണക്കൂട. ശാലിനി വാതിലടച്ച് മൊബൈൽ പാട്ടിട്ടു. ശിശിരകാലത്തിന്റെ രതിക്കുളിരു മായി ദേവരാഗത്തിലെ പാട്ട്.

"ഇന്ദ്രിയങ്ങളിൽ ശൈത്യനീലിമ...
സ്പന്ദനങ്ങളിൽ രാസ ചാരുത."

കണ്ണുപൊട്ടുന്ന ചീത്ത പറഞ്ഞിട്ടാണ് പോയതെങ്കിലും തള്ളയ്ക്കു സ്നേഹമുണ്ടായിരുന്നു. കടയിൽപ്പോയി വരുമ്പോൾ അരക്കിലോ ബീഫുമായിട്ടാണ് വന്നത്. വന്നപാടെ പുതിയ പരാതി സഞ്ചി തുറ ന്നെന്നു മാത്രം.

"എടീ നമ്മ്ടെ കാർഡ്ും വർക്കാവണില്ല."

അതിൽ അത്ഭുതപ്പെടാനൊന്നുമില്ലായിരുന്നു. ശാലിനി എന്നേ പ്രതീക്ഷിച്ചതായിരുന്നു അത്.

"പാതിവെലക്ക് വോട്ടു വിറ്റ കഴുതകളാ നമ്മടെ നാട്ടാര്"

കിഷുവിന്റെ വാക്കുകളാണ് അപ്പോഴും ശാലിനിയ്ക്കോർമ വന്നത്. തദ്ദേശസ്വയംഭരണ തിരഞ്ഞെടുപ്പ് പ്രചരണത്തിനിടയിൽ കിട്ടിയ തല്ലുകളും കൊടുത്ത തല്ലുകളും പാഴായിപ്പോയതിന്റെ രോഷം കൂടി അവന്റെ കണ്ണുകളിലുണ്ടായിരുന്നു അന്ന്.

"എന്തായാലും വല്യ കഷ്ടായി. ഈ കാർഡൊന്ന് നന്നാക്കിക്കിട്ട ണേലും ഞാന്തന്നെ കൊടികുത്തി പോണം. അന്നെക്കൊണ്ടൊക്കെ

നല്ല ഒപകാരോ ണ്ടോ. ഉപദ്രവല്ലാണ്ടെ. ന്റെ തലേലെഴുത്ത്!

അമ്മ നള്ളിപ്പെറുക്കിപ്പറഞ്ഞു കൊണ്ട് ഇറച്ചി നന്നാക്കാൻ തുങ്ങി.

“ഇങ്ങള് നാണുവേട്ടനാ വോട്ട് ചെയ്യേന്ന് ആർക്കാ അറിയാത്തത്! ഇങ്ങളെ കാർഡിനി നന്നാക്കാൻ പറ്റൂല.” ജാക്ക് ലണ്ടൻ കഥകളും വായിച്ച് അട്ടം നോക്കി കിടക്കുന്നതിനിടയിൽ ശാലിനി ഉറക്കെ വിളിച്ചു പറഞ്ഞു. അട്ടത്ത് ഒട്ടിപ്പിടിച്ച എട്ടുകാലിവലകളിലൊന്നിൽ ഒരു പ്രാണി വീണു കഴിഞ്ഞിരുന്നു അപ്പോൾ.

“അന്റെ കരിനാക്ക് വളച്ച് ഓരോന്ന് പറയല്ലേ കുരിപ്പേ... കാലുർപ്യ ട്ക്കാനില്ല കയ്യില്. തൊഴിലൊറപ്പാണേൽ ലോട്ടറിയടിക്കണ പോലെ വന്നാലായി. പോയാ പോയീന്ന മട്ടാ. സാനങ്ങക്കാണേല് തീ പിടിച്ച വെലോം. ആര്ടെ കയ്യിലാ പൈസള്ളത്! ഞാനെന്താ ക്കനാ?! അന്നെപ്പോലെ മുടിക്കാനൊരത്തീം കൂടിണ്ടെങ്കി, തീർന്നു കഥ....” അമ്മ പ്രാകിക്കൊണ്ട് ഇറച്ചി നന്നാക്കുകയും കഴുകുകയും. തൊടിയിൽപ്പോയി കറിവേപ്പില പൊട്ടിക്കേം ഇറച്ചി അട്പ്പത്ത് വെക്കേം ഒക്കെ ചെയ്യോണ്ടിരുന്നു.

നാലുവർഷം മുൻപാണ് ഫിഫ്റ്റ് ഫിഫ്റ്റി എന്ന കമ്പനി നാട്ടിൽ ഒരു ഔട്ലറ്റ് തുടങ്ങിയത്. ഏതു സാധനവും മാർക്കറ്റ് വിലയുടെ പകുതി വിലയ്ക്ക് അവിടെ കിട്ടും. ഉപ്പു മുതൽ കർപ്പൂരം വരെ. പാഡു മുതൽ ഷേവിംഗ് സെറ്റ് വരെ. പക്ഷേ സാധനം പകുതി വിലയ്ക്കു കിട്ടണ മെങ്കിൽ കമ്പിനിയൊരു കാർഡ് തരും. ഫിഫ്റ്റി ഫിഫ്റ്റി കാർഡ് അതുകൊണ്ടു ചെന്നാലെ സാധാനം പകുതി വിലയ്ക്കു കിട്ടൂ. കാർഡു കിട്ടാനും വല്യ പ്രയാസമൊന്നുമില്ലായിരുന്നു. വീട്ടിലെ ദാരിദ്ര്യത്തിന്റെ കണക്ക് കണ്ണീരിൽ കുഴച്ചവതരിപ്പിച്ചാൽ മതി. സർക്കാർ ആനുകൂ ല്യങ്ങൾക്കു വേണ്ടി ദിവസങ്ങളോളം കാത്തുകെട്ടി കിടക്കേണ്ട ദുരവസ്ഥയൊന്നും ഫിഫ്റ്റി ഫിഫ്റ്റി കാർഡിന്റെ കാര്യത്തിലില്ല. രണ്ടുദിവസം കൊണ്ട് മണ്ണിന്റെ നിറമുള്ള കാർഡും കിട്ടും. നാട്ടിലെ ല്ലാരും ഫിഫ്റ്റി ഫിഫ്റ്റി ഔട്ലറ്റിൽ പോയി സാധനങ്ങൾ വാങ്ങാൻ തുടങ്ങി. അതു മാത്രമല്ല, നാട്ടിലെ കല്യാണങ്ങൾക്ക് ഫിഫ്റ്റി ഫിഫ്റ്റി ക്കാരുടെ പ്രത്യേക സമ്മാനങ്ങളെത്തി. നിർദ്ധനരായ രോഗികൾക്ക് ചികിത്സാ സഹായങ്ങളെത്തി. വീടുപണി പൂർത്തിയാകാത്തവർക്ക് കല്ലും മണലും സിമന്റുമെത്തി. ചുരുക്കിപ്പറഞ്ഞാൽ തദ്ദേശസ്വയം ഭരണ തിരഞ്ഞെടുപ്പിൽ സഖാവ് നാണുവേട്ടനും ലീഗ് കുഞ്ഞയമദും

ക്ലീനായി തോറ്റി. ഫിഫ്റ്റി ഫിഫ്റ്റി കമ്പിനിയുടെ പ്രതിനിധി ഉണ്ണി ക്വഷ്ണൻ നായർ ജയിച്ച, പഞ്ചായത്തിലെ പത്തൊമ്പത് വാർഡിൽ പതിനേഴും ജയിച്ച് ഫിഫ്റ്റിഫിഫ്റ്റി കമ്പനി ഭരണമേറ്റെടുത്തു. അതിനുശേഷം ഫിഫ്റ്റിഫിഫ്റ്റി കാർഡും കൊണ്ട് ഔട്ട്ലറ്റിൽ ചെന്ന് ചിലർക്ക് സാധനങ്ങൾ കിട്ടാതായി.

"നിങ്ങളുടെ കാർഡ് വർക്കു ചെയ്യുന്നില്ല." എന്ന മറുപടി മാത്രം കിട്ടി. മൂസക്കുട്ടിവല്ലിപ്പ ഫിഫ്റ്റിഫിഫ്റ്റി കമ്പനിയിലെ ജീവനക്കാര നോട് അടിയുണ്ടാക്കിയത് നാട്ടിൽ പാട്ടാണ്.

ഒരു ദിവസം ഗോതമ്പും ഓട്സും ഉണക്കമ്രാവും വാങ്ങാൻ ഔട്ലറ്റിൽ ചെന്ന മൂസക്കുട്ടിവല്ലിപ്പയ്ക്ക് "നിങ്ങളുടെ കാർഡ് വർക്ക് ചെയ്യുന്നില്ല." എന്ന മറുപടിയാണ് കിട്ടിയത്. "കാർഡ് വർക്ക്ണി ല്ലേൽ മാണ്ട. ഇജ്ജാ സീറ്റ്ന്ന് ണീച്ചാണ്ട് സാധനം ട്ത്തന്നാൽ മതി. അനക്ക് ഒണക്കമ്രാവും ഗോതവ്വും കണ്ടാല് പൂട്യാടില്ലേ...? വല്ലിപ്പ ജീവനക്കാരനോട് ചൂടായി.

"അയ്യോ അതു പറ്റില്ല ഉപ്പൂപ്പാ... കാർഡ് വർക്ക് ചെയ്യാതെ സാധനം തരാൻ പറ്റില്ല" എന്നു പറഞ്ഞ ജീവനക്കാരന്റെ കഴുത്തിന് കുത്തിപ്പിടിച്ച് മൂസക്കുട്ടിവല്ലിപ്പ അലറി. "കള്ള ഹിമാറേ.... അന്റെ തട്ടിപ്പൊന്നും ഞമ്മളടത്ത് മാണ്ടട്ടോ". അപ്പുറത്തെ ചായക്കടയിൽ വർത്തമാനം പറഞ്ഞിരിക്കുകയായിരുന്ന കിഷ്ണവും മറ്റും ചിലരും ഓടിച്ചെന്ന് വല്ലിപ്പയുടെ കഷണ്ടിത്തലയെ ഒരു വിധം തണുപ്പിച്ച് പതുക്കെ വണ്ടി കേറ്റി വിട്ടു.

കുരുമുളകിട്ടു വരട്ടി തേങ്ങാക്കൊത്തും കറിവേപ്പിലയുമിട്ട് വഴറ്റിയ പോത്തിറച്ചി കൂട്ടി ചോറുണ്ണുമ്പോഴാണ് അടുത്ത കുരിശ് കുന്നുക യറി വന്നത്. കുടുംബശ്രീയുണ്ടാക്കുന്ന പാഡ് വിതരണം ചെയ്യുന്ന യശോദേച്ചി. മുപ്പത്തി പതിവുപോലെ പാഡിന്റെ നാലു കൂടെടുത്ത് നീട്ടിയപ്പോൾ തള്ള വീണ്ടും കാറിപ്പൊളിക്കാൻ തുടങ്ങി.

"ഇഞ്ഞിനി ആർക്കാ യശോദേച്ച്യേ.... ആകെയൊന്നേണ്ടാ യ്യ്ന്നൊള്ളൂ. മാഞ്ഞളും കൊഞ്ചിക്കൊഞ്ചി ഓളെല്ലാം നശിപ്പിച്ചില്ലേ... ഓൾടെ ഒടുക്കത്തെയൊരു സമരം..."

"ന്റമ്മേ.... ഇങ്ങളൊന്ന് നിർത്തോ?"

ശാലിനിയുടെ നിയന്ത്രണം വിട്ടു. കണ്ണുകളിൽ നിന്ന് മഴ

പോലെവെള്ളം വീണു. വെന്തു കുതിർന്ന കുരുമുളകു പിടിച്ച ഇറച്ചിക്കഷ്ണം തേങ്ങാക്കൊത്തും ചേർച്ച് ചവച്ചു കൊണ്ടിരിക്കുകയായിരുന്നു അവൾ. സ്വാദെല്ലാം ഒരു നിമിഷംകൊണ്ടപ്രത്യക്ഷമായി. ചോറു മുഴുവനാക്കാതെ എണീറ്റ് കൈ കഴുകി അവളകത്തേക്കു പോയി. ഡ്രസ്സുടക്കിയ ചെറിയ അലമാര തുറന്ന് കഴിഞ്ഞമാസം ഉപയോഗിച്ചതിന്റെ ബാക്കിവന്ന് രണ്ടു പാഡുകളെടുത്തപ്പോൾ ശാലിനിയ്ക്ക് അടിവയറ്റിൽ കഠിനമായ വേദനയനുഭവപ്പെട്ടു. ഓരോ മാസവും വെള്ളച്ചിറകു പോലെ വിരിഞ്ഞുനിന്ന് രക്തതാരങ്ങളെ ഏറ്റുവാങ്ങിയിരുന്നവയാണവ. ഒരു സംഗമത്തിനിടം കൊടുത്താത്ത 'ജീവനില'ത്തോട് കലഹിച്ചുപോരുന്ന രക്തതാരങ്ങളെ അവൾക്കിഷ്ടായിരുന്നു. ഒരുപാട്... കണ്ണുനീർത്തുള്ളിൽ വീണ്, ആ വെള്ളച്ചിറകുകളിൽ നനവു വൃത്തങ്ങളുണ്ടായി.

"നമ്മുടെ കുഞ്ഞിന് മഴയെന്നു പേരിട്ടാലോ...?

ആകാശമിഠായി എന്ന കൽപ്പക്കവിത ചൊല്ലിക്കഴിഞ്ഞപ്പോൾ ശാലിനി ജഹാംഗിനോട് ചോദിച്ചു. സർവകലാശാലലയിലെ ഉടൽ നീണ്ട മരങ്ങളിൽ പൂക്കളോടൊപ്പം കാട്ടുകിളികളും വിരിഞ്ഞു പറന്നിരുന്നു. ശാലിനിയും ജഹാംഗീറും പുറം തിരിഞ്ഞിരുന്ന് പരസ്പരം രണ്ടു കസേരയായിട്ടുണ്ടായിരുന്നു....

"ആഹോ! കൊള്ളാം. മഴക്കുട്ടി. മഴമോൾ... അപ്പൊ ആൺകുഞ്ഞാണെങ്കിലോ?" ജഹാംഗീർ സംശയിച്ചു.

"എന്താ സംശയിക്കാൻ? മഴക്കുട്ടൻ, മഴമോൻ." ശാലിനി ചിരിച്ചു. ചാരുകസേരയിലെന്നവണ്ണം അവർ പരസ്പരമാടിക്കൊണ്ടിരുന്നു.

അപ്പൊ ട്രാൻസ് ജൻഡറാണെങ്കിലോ, ങ്കിലോ, ങ്കിലോ..." കിഷു പെട്ടന്ന് ചാടിവീണ് അവർക്കിടയിൽ കുത്തിത്തിരിക്കിയിരുന്ന് ചിണുങ്ങി.

"ട്രാൻസ് ജൻഡറാണെങ്കിലും മഴ തന്നെയാ പേര്. അല്ലാ.... ഈ കുരിപ്പെവ്ട്ന്നാ ഇപ്പൊ ചാടിയത്!?"

ജഹാംഗീർ കിഷോറിന്റെ വയറിനു കുത്തിപ്പിടിച്ചു.

"പ്രശ്നം അത്ര പെട്ടെന്ന് തീരുലെടാ ജഹീ... പകൽവെട്ടത്തിന് മൂങ്ങകളെ കണ്ടാൽ മറ്റു കിളികള് കൊത്തിയാട്ടി അവയെ വീണ്ടും ഇരുണ്ട മാളങ്ങളിലേക്ക് ഓടിക്കും. അതുപോലെതന്നെയാ ചെല

മനുഷ്യരുടേയും സ്ഥിതി! അല്ലാ... അവിടെല്ലാരും പട്ടിണികെടന്ന് സമരം ചെയ്യുമ്പൊ ഇങ്ങളിവ്ടെ ഇല്ലാത്ത കുട്ടിക്ക് പേരിട്ട് കളിക്ക്യാലേ നാട്ക്കുളേ..."

കിഷ്വവും ജഹാംഗീറും രണ്ടു പൂച്ചക്കുട്ടികളെപ്പോലെ പുൽത്തകിടിയിൽ കിടന്ന് അടിപിടി കൂടി. കിഷ്വവിനെപ്പോഴും തെങ്ങിന്റെ മണമായിരുന്നു. കാശിനു മുട്ടുവരുമ്പോൾ തെങ്ങു കേറാൻ പോവാറുണ്ടായിരുന്നു അവൻ. ശാലിനിയുടെ വീടിനടുത്ത് നിന്ന് ഒരു കിലോമീറ്റർ അപ്പുറമാണ് അവന്റെ വീട്. കിഷോറും ജഹാംഗീറും ചരിത്ര പഠവിഭാഗത്തിലെ ഗവേഷക വിദ്യാർത്ഥികളാണ്. ശാലിനി രണ്ടാം വർഷ ജന്തുശാസ്ത്ര ഗവേഷകയും. ശാലിനിയുടേയും ജഹാംഗീറിന്റെയും തലയിൽ കിഴുക്കിക്കൊണ്ട് കിഷ്വ ഓടിപ്പോയി. പിന്നെയവൻ തിരിച്ചു വന്നതേയില്ല. ഒരുപാടൊരുപാട് ഓർമ സുഗന്ധം മാത്രം ഭൂമിയിലവശേഷിപ്പിച്ചു കൊണ്ട് അവൻ മാഞ്ഞുപോയി!

സംഭവിച്ചതെന്താണെന്ന് എല്ലാവർക്കുമറിയാം. എന്നാലും പതിവുപോലെ ആരും ഒന്നുമറിഞ്ഞില്ല. കിഷ്വവില്ലാതായാൽ ശാലിനി മാത്രമല്ല. സർവകലാശാലയുടെ മുക്കും മൂലയും വരെ സമരത്തിനിറങ്ങും. അങ്ങനെയായിരുന്നു അവൻ. പൊട്ടിപ്പോയ ചെരുപ്പുകളും തകർന്നഫോണുകളും വലിച്ചു കീറപ്പെട്ട പുസ്തകങ്ങളും ചോരകൊണ്ടു ചുവന്ന പ്ലക്കാർഡുകളും ഒരു വലിയ നിശബ്ദതയും സർവകലാശാലയുടെ ഗേറ്റിനു മുന്നിൽ അവശേഷിച്ചു. അടിവയറു നോക്കി ചവിട്ടിയ പോലീസുകാരന്റെ മുഖം ശാലിനിയ്ക്കൊരിക്കലും മറക്കാനാവില്ല. ജീവനിലത്തിൽ വറ്റാത്ത ചെഞ്ചോലയുണ്ടായത് അങ്ങനെയാണ്. സമരത്തെ ഭാർഗവിയമ്മ ഏറ്റവും വെറുത്തതും അതുകൊണ്ടാണ്.

ആ ഭാർഗവിയമ്മ ഇന്ന് സമരത്തിനിറങ്ങിയിരിക്കുന്നു! ജീവിതത്തെ സ്പർശിച്ചു തുടങ്ങുമ്പോൾ, കാലടിയിലെ മണ്ണ് ഒലിച്ചുപോവുക തന്നെയാണ് തിരിച്ചറിയുമ്പോൾ മാത്രമാണ് എല്ലാ മനുഷ്യരും അതിജീവനത്തെക്കുറിച്ചോർക്കാറുള്ളത്.'

നീരോലിക്കുന്ന് വീടിനു തൊട്ടു മുകളിൽത്തന്നെയായിരുന്നു. ചിത്രശലഭങ്ങൾ ഇണചേരാനും തേനുണ്ണാനും കൂട്ടമായെത്തുന്ന നീരോലിമരങ്ങളും കാട്ടുഞാവലുകളും ഇലഞ്ഞിപ്പൂമരങ്ങളും നിറഞ്ഞ നിരോലിക്കുന്നിന്റെ താഴെ ഭാഗത്തുണ്ടായിരുന്ന തെങ്ങുകൾ ഇന്നലെ

മാന്തിയിട്ടിരുന്നു. തെങ്ങിന്റെ തലതല്ലിപ്പൊളിച്ച് തെങ്ങിൻ തളിരും ഓലപ്പൊടിപ്പുകളും വാരിത്തിരുന്നുന്ന കുഞ്ഞിമക്കളുടെ ബഹളം കേട്ടപ്പോൾ ശാലിനി പതുക്കെ പറമ്പിലേക്കു കയറി. കുന്നിൽ ചരുവിലൂടെയായിരുന്നു റോഡ്. റോഡിനോടു ചേർന്ന ഭാഗങ്ങളിലായിരുന്നു തെങ്ങുകളുണ്ടായിരുന്നത്. നീരോലിക്കുന്നിൽ നിന്നൊഴുകുന്ന ചോലവെള്ളം കൊണ്ടാണ് ശാലിനിയുടെ വീടടക്കം കഴിഞ്ഞുകൂടുന്നത്. കൊടും വേനലിലും താഴ് വരകളിലേക്ക് ഈറർപ്പമണിഞ്ഞ കാറ്റെത്തുന്നത് നീരോലിക്കുന്നിൽനിന്നാണ്.

വിമാനത്താവളത്തിൽ നിന്ന് പത്തുമിനിട്ടു കൊണ്ട് കള്ള സ്വർണമെത്തിച്ച് ആഭരണമുണ്ടാക്കാൻ നീരോലിക്കുന്നല്ലാതെ മറ്റേത് സ്ഥലമാണ് നല്ലത്! ജലസമൃദ്ധമായ നീരോലിക്കുന്നില്ലാതെ മറ്റെവിടെയാണ് ഒരാഭരണ നിർമാണശാലയ്ക്കു പ്രവർത്തിക്കാനാവുക! ആഭരണനിർമ്മാണശാലയ്ക്കു ചുറ്റും വീടുണ്ടായാലും സ്കൂളുണ്ടായാലും ഫിഫ്റ്റിഫിഫ്റ്റിക്കമ്പനിക്കാർക്ക് ഒന്നുമില്ല. വെള്ളവും വായുവും മണ്ണും വിഷമയമായാൽ കമ്പനി ഭരിക്കുന്ന പഞ്ചായത്തിനും ഒന്നും സംഭവിക്കില്ല.

"പകുതി വെലയ്ക്ക് വോട്ടു വിറ്റ കഴുതകളാണ് നമ്മ്ടെ നാട്ടാര്" എവിടെയോ പൂത്ത മൈലാഞ്ചി പോലെ, ഓർമഗന്ധം മാത്രവശേഷിപ്പിച്ച് പെട്ടെന്നൊരു സമരനാൾ, കിഷു അപ്രത്യക്ഷമായതും ഇങ്ങനെയോരോന്ന് പറഞ്ഞു കൊണ്ടാണ്.

"എന്താണു സഖാവേ... പണി?

നരച്ച ദിനങ്ങൾ പൊടുന്നനെ വർണസഞ്ചയനിമിഷങ്ങൾക്കു വഴിമാറുന്നത് ഇങ്ങനെയാണ്. മുണ്ടുമടക്കിക്കുത്തി ജഹാംഗീർ പറമ്പിലേക്കിറങ്ങി. തെങ്ങിൻമണ്ടയ്ക്കുള്ളിലേക്ക് കയ്യിട്ട് വെളുത്ത ഇളം തളിരും ഓലപ്പൊടിപ്പുകളും വായിലേക്കിടികയായിരുന്നു ശാലിനി. അവളുടെ ഇളംപച്ച അടിപ്പാവാടയിലേക്കും അവിടവിടെ കീറുത്തുടങ്ങിയ മഞ്ഞച്ചുരിദാർടോപ്പിലേക്കും ജഹാംഗീർ കുസൃതിയോടെ നോക്കി. അവളെ അങ്ങനൊയൊരു വേഷത്തിൽ അവനാദ്യമായി കാണുകയായിരുന്നു.

"ഓ... സഖാവായിരുന്നോ..?! ഒരു തെങ്ങു തിന്നുവായിരുന്നു."

"തെങ്ങു തിന്നാൻ ഇങ്ങളെന്താ തെങ്ങോലപ്പുഴുവാ?"

"അല്ല. നിന്റെ ബാപ്പ മുഹമ്മദ് കോയ. ഗോതമ്പുണ്ട തിന്നിട്ടാണോടാ നിയിങ്ങനെ തടിച്ചുരുണ്ടത്?"

ശാലിനി ജാള്യതയെ മറുചോദ്യം കൊണ്ടു മറച്ചു.

"ജയിലിലിപ്പം നല്ല ചപ്പാത്തീം ചിക്കൻകറിയുമാണെടീ..."

ഇളം കാപ്പി നിറമുള്ളള ജഹാംഗീറിന്റെ മുഖത്ത് കുന്നുകയറിയതിന്റെ ക്ഷീണം ചാലുകളായൊഴുകിയിരുന്നു. എങ്കിലും കണ്ണുകളിൽ പ്രണയകിരണങ്ങൾ പുലരിയുണർവായി നിറഞ്ഞുനിന്നു. കുട്ടികൾ വെയിലിനെത്തോർപ്പിച്ച് തെങ്ങിൻതളിരുകൾ തിന്നുകൊണ്ടേയിരുന്നു. രക്തപടലങ്ങൾ വളരുകയും വിത്തുകൾ മുളയ്ക്കുകയും ചെയ്യുന്ന ജീവനിലത്തെ ആശുപത്രിയിലെ മാലിന്യക്കൊട്ടയിലുപേക്ഷിച്ച ദുഃസ്വപ്നം മായിച്ചുകൊണ്ട് ശാലിനിയുടെ ഉടലിൽ വേനൽപ്പനി പൂത്തുലഞ്ഞുതുടങ്ങിയിരുന്നു. എന്നാൽ ഉടലുയിരാകെ ശൈത്യകാലത്തിന്റെ സ്വച്ഛമായ തണുപ്പു പടർന്നതായി അവൾക്കു തോന്നി. ആ ശൈത്യകാല പരിരംഭണങ്ങളിൽ മിതശീതോഷ്ണദേശത്തെ വസന്തഗന്ധമാകെയും കാലത്തിന്റെ കൈയ്യുബദ്ധം പോലെ നിറഞ്ഞൊഴുകുന്നതും അവളറിയുന്നുണ്ടായിരുന്നു....

●

ഓരിയിടൽ

അർജ്ജുൻ കെ വി

ആകാശത്തെ ചൂട്ട് ആരോ ഊതിക്കെടുത്താൻ ശ്രമിക്കുന്നുണ്ട്. നിശബ്ദമായ നിലവിളികൾ പോലെ പറവകൾ കൂടുകളിലേക്ക് ധൃതിപിടിച്ചു.

കാശാവ് ചെടികൾ സദാമടിയരായി ഒതുങ്ങി നിൽക്കുകയും മുളിപ്പുല്ലുകൾ ശരീരം കാറ്റിനു വിൽക്കുകയും ചെയ്യുന്നസന്ധ്യാ നേരത്ത് 'ഞങ്ങൾ മാറ്റി നിർത്തപ്പെട്ടവരാണെന്ന'ബാനറുപിടിച്ച് കുറുക്കന്മാർ പാറകളിലേക്ക് മുദ്രാവാക്യം വിളിച്ച്മാർച്ച് തുടങ്ങും. കൂട്ടം കൂട്ടമായി സൗകര്യത്തിൽ തയ്യാറായി കഴിഞ്ഞാൽ ഓരോരുത്തരുടേയും വേദനകൾ കണ്ണടച്ച് ഓരിയിടുന്ന ശബ്ദം പട്ടോളി പള്ളിയിലെ വാങ്ക് വിളിയിലും തൊട്ടുവളം മുണ്ട്യയിലെ ഭജനയിലും പോയ് കൂട്ടി മുട്ടി തീപ്പാറിക്കും.

ആകാശം അതുകണ്ട് കരയും. മഴപെയ്യും. തീശ് എന്ന് കെട്ടുപോകും. സങ്കടങ്ങൾ മഴവെള്ളപ്പാച്ചിലിൽ കടലാസു തോണികളാകുന്ന ഗംഭീര കാഴ്ച്ച! ഞങ്ങൾ പരാജയപ്പെട്ടവരുടെ പ്രിയപ്പെട്ട ഇടം മൂകത വിരിച്ച് സ്നേഹത്തോടെ മാടി വിളിക്കുന്ന ഇത്തരം വിശാലമായ പാറപ്രദേശങ്ങളാണ്.

തോറ്റു എന്ന് തോന്നിയാൽ നേരെയിവിടേക്ക് പാഞ്ഞെത്തും. ഞാൻ വന്നു എന്നറിയുകയേ വേണ്ടൂ ഏതെങ്കിലും കുറുക്കൻ മറ്റുള്ളവരെയും കൂട്ടി കിതച്ചോടി കൊണ്ട് വരും. എനിക്കെതിരായി ഒരു നൂറു

നൂറ്റമ്പതുമീറ്റർ പരിധിയിൽ അകലെ മാറി നിന്ന്

കൂവി കൂവി ചോദിക്കും: 'റെഡി ആയോടാ കുന്ദാ...'

ഞാൻ തലയാട്ടി സമ്മതിക്കുന്ന സെക്കന്റിൽ തന്നെ ആകാശംചൂട്ട് നിലത്തുകുത്തി കെടുത്തി ഇരുട്ട് പടർത്തും. അന്നേരം തെളിഞ്ഞുവരുന്ന കുഞ്ഞു കുഞ്ഞ് നക്ഷത്രങ്ങൾ മിന്നി മിന്നി കാണിക്കും - ഒന്ന്... രണ്ടു... മൂന്ന്...

പരാജയ ഗാഥകൾ വിരലിലെണ്ണിത്തീർത്ത് ഞങ്ങൾ നീട്ടിയും കുറുക്കിയും ഈണത്തിൽ ഓരിയിടും. സ്ഥിരം വേവലാതി പാടുന്ന ചീവീടുകൾ അന്നേരം കമാ പോയിട്ട് കാ പോലും മൂളില്ല.പിന്നെയുള്ള ചടങ്ങ്, കൂട്ടം കൂടി ഇരുത്തവും സൊറ പറയലും കുറുക്കന്മാരുടെ പിരിഞ്ഞു പോകലുമാണ്.

കുറഞ്ഞകാലം കൊണ്ട് നാട്ടിലൊക്കെ 'തോറ്റവൻ' എന്നുപറയുന്നതിനു പകരമായി കുന്ദനെന്ന പേര് ഉപയോഗിച്ച് തുടങ്ങി.

അല്ലറ ചില്ലറ പണിയെടുത്തു കിട്ടുന്നതിന് പുറമെ കണ്ടവരോടൊക്കെ കടം വാങ്ങിക്കൂട്ടി ഷാപ്പിലേക്കു ഒന്നാമനാകുന്ന അച്ഛൻ കുന്നുംകൈ കുഞ്ഞിരാമന് അമ്മ കൂക്കുട്ടെ തങ്കത്തെ ദൃഷ്ടിയിൽ കണ്ടുകൂടാ.

ഇരുട്ടിന്റെ മുതുകിലേക്ക് രണ്ടു കൈകളുമുയർത്തിപ്പിടിച്ച് അമ്മയുടെ അമ്മക്ക് തെറിവിളിച്ച് അച്ഛൻ പടികേറി വരും.

അച്ഛന് കിഴക്കെവിടെയോ ഒരു ജാരത്തി ഉണ്ടെന്നു പറഞ്ഞ്അവളുടെ പട്ടിണി കഞ്ഞിക്ക് കുളിയനെ വിളിക്കുകയും ചെയ്യുന്നതോടെ വീട് അടിയന്തിരാവസ്ഥ പ്രഖ്യാപിക്കും. സമാധാനത്തിന്റെവെള്ളച്ചോറുമായി കഞ്ഞിക്കലം കിണറിലേക്കു പറന്നു വീഴും. കനല് ചോര പടർത്തിയ അടുപ്പിൻ കുണ്ടിലേക്ക് വെള്ളം ഒഴുകുമ്പോൾ അടുക്കള മുഴുവനായും പുകച്ചുരുളിൽ ഒളിക്കും.

മരിക്കാൻ പോകൽ-കൊല്ലാൻ ശ്രമിക്കൽ...

ഇതൊന്നും കാണാൻ വയ്യെന്ന് എന്നെത്തന്നെ വിശ്വസിപ്പിച്ച് വിമതനായി ചുരുണ്ടു കിടന്നിട്ടും രക്ഷയില്ല. വിശപ്പിനൊപ്പം ഒരുചവിട്ടും എന്നെ തേടി വരുമെന്നുറപ്പ്.

എണ്ണതൊടാത്ത മുടി. ഞെട്ടറ്റുവീഴും പോലെയുള്ള കണ്ണുകൾ. ഫോട്ടോ എടുത്ത് ഫ്രെയിം ചെയ്യുകയാണെങ്കിൽ ചില്ലുപൊട്ടിക്കുന്ന വിധത്തിൽ പുറത്തേക്ക് തെറിച്ച പല്ലുകൾ. ആകെ മൊത്തംഅതീവ സുന്ദരനായ എന്നിൽ ഉറക്കമില്ലായ്മ ഒരിക്കലും പ്രതിഫലിച്ചു കാണില്ല.

മാധവൻ മാഷ് പിള്ളേരുടെ എണ്ണം തികക്കാൻ നട്ടം തിരിയുന്ന സമയത്താണ് ഞാൻ സ്കൂളിൽ പോകാൻ തീരുമാനിച്ചത്.

ചെരുപ്പിട്ട കാലോർമ്മകൾ ഇല്ലാതെ ഈർക്കിൽ വെച്ച് നീട്ടിയറീഫില്ലർ വീണുകിട്ടിയ പേനകുഴലിലിട്ട് കഞ്ഞിപ്പാത്രം പിടിച്ച്സ്കൂളിനെ ലക്ഷ്യമാക്കി നീട്ടി നടക്കുമ്പോൾ ആരും കൂടെ കൂട്ടില്ല.ട്രൗസർ വാപിളർക്കുന്നതു തുന്നി കെട്ടാനുള്ള നൂലുവാങ്ങാൻ ഇടയ്ക്ക് ആരുടെയെങ്കിലും വളപ്പിലെ അടക്ക പെറുക്കും. സ്ലേറ്റ് പെൻസിലിനു വേണ്ടി മഷിത്തണ്ടുകളെ ഉയർന്ന ക്ലാസ്സുകളിലേക്ക് കയറ്റുമതി ചെയ്യും.

രാവിലെ എത്തിയപാടെ കഞ്ഞിവെപ്പുകാരി സുശീലയുടെകൂടെ അരികഴുകി അടുപ്പത്തിട്ടാലേ ഹെഡ് മാഷ് എന്നെ ക്ലാസ്സിലുകയറ്റൂ. സ്കൂൾ വിടുന്ന നേരത്ത് ചക്കി മിട്ടായി കിട്ടാൻ അസ്സാറുടെപീടികയിൽ സഹായത്തിനും നിൽക്കും.

കഞ്ഞി കുടിച്ചും കാക്കകളി കളിച്ചും കുറച്ച് കാലം സുഗമ ഹിന്ദി പരീക്ഷ പോലെ എളുപ്പത്തിൽ കടന്നു പോയെങ്കിലും ഒമ്പതാം ക്ലാസ്സിൽ വെച്ച് രണ്ടാം തവണയും പത്തുകാണിക്കില്ലെന്നു പറഞ്ഞ വിധിയുടെ കാലുപിടിക്കുമ്പോൾ മാഷ് എല്ലാരുംകേൾക്കെ അമർഷം കാറി തുപ്പി: 'പോയ് തെങ്ങിന് തടമെടുക്കടാഡാഷ് മോനെ...'

ഇടി വെട്ടിയ മാതിരി പിടച്ചു പോയ് ഞാൻ. അന്ന് വൈകുന്നേരംകുറുക്കനൊപ്പം കൂവാനാഞ്ഞപ്പോൾ ശബ്ദം കരച്ചിലിൽ മുക്കി പരാജയഭാരം തലയിൽ കെട്ടി തിരിച്ചു പോരേണ്ടി വന്നു. രണ്ടുദിവസം വീട്ടിലിരുന്നപ്പോൾ വിശപ്പ് തന്തക്ക് വിളിച്ചു. ഒന്നും നോക്കിയില്ല പ്ലാന്റേഷനിലേക്ക് കശുവണ്ടി പെറുക്കാൻ ചാക്കുമെടുത്ത് വേഗത്തിൽ നടന്നുപോയ്. ദിവസം മുപ്പതു കിലോ കശുവണ്ടി പെറുക്കിയാൽ കിട്ടുന്ന നേരിയ വരുമാനം അമ്മയ്ക്ക് കൊണ്ടു കൊടുത്തു. വിശപ്പ് അകന്ന ബന്ധുവിനെ പോലെ മിക്കവാറും അഡ്രസ്സില്ലെന്ന മട്ടിൽ മാറിനിന്നു.

പിലാന്തോളി ഭാഗത്ത് കൊട്ടമുള്ളിൽ കെണിഞ്ഞ പറങ്കിമാങ്ങ പെറുക്കുമ്പോഴാണ് സുനന്ദയെ ഞാനാദ്യമായി കണ്ടത്. പെറുക്കി യെടുത്തത് കൂനകൂട്ടി ചുറ്റും കൂട്ടമായി ഇരുന്ന് കൊരട്ട പിഴുതെടുക്കു മ്പോഴൊക്കെ ഞങ്ങളുടെ കണ്ണുകൾ തമ്മിലുടക്കി.

പറങ്കിവെള്ളം വാറ്റാനായി ഒളിഞ്ഞ് ഒളിഞ്ഞു കശുമാങ്ങ കടത്തു ന്നവർ ഞങ്ങളെ പറ്റി പലമാതിരി കഥകളുണ്ടാക്കി. പ്രേമംചെങ്കൽ പാറ പോലെ കനപ്പെട്ടൊരു ദിവസം സുനന്ദയോട് ഞാൻ'ഏറ്റവും കൂടുതൽ കശുവണ്ടി ആരാണ് കയ്യിൽ പിടിക്കുമെന്ന' പന്തയം വെച്ചു.

അഞ്ച് കശുവണ്ടികൾക്കപ്പുറം എന്റെ കയ്യിലൊതുങ്ങിയില്ല. ഒമ്പത് എണ്ണത്തോളം കയ്യിലിൽ പിടിച്ച് അവൾ കാട് കുലുക്കു മാറ്പൊട്ടിച്ചിരിച്ചപ്പോൾ അവളുടെ സാന്തോഷമല്ലെടാ നിനക്ക് വലുതെന്ന് ഉള്ളിലെ കാമുകൻ എന്റെ ഹൃദയത്തിൽ തലോടിസ മാധാനിപ്പിച്ചു. ഉണ്ണുമ്പോഴും ഉറങ്ങുമ്പോഴും സുനന്ദമയത്തിലേക്ക് മനസ്സിനെ കൂടെ കൂട്ടിയ നല്ല നാളുകൾ.

നാണ്യവിളയുടെ സീസൺ കഴിഞ്ഞു. ചെന പൊള്ളിയടർന്ന ഉള്ളം കയ്യിലെ തോലും അടർത്തിക്കൊണ്ട് വെറുതെയിരുത്തം തുടങ്ങിയിട്ട് ഒരുമാസം കഴിഞ്ഞു. ടൊർണാഡോ ചുഴലിക്കാറ്റ് പോലെ സുനന്ദ ഒരു റിക്ഷ ഡ്രൈവറുടെ കൂടെ പൊടിതപ്പിപോയെ ന്ന് കേട്ടപ്പോൾ റിലേ തെറ്റിയ സ്റ്റേഷൻ പോലെ കേട്ടനിൽപ്പിൽ മുത്തലംപാറയിലെ പറങ്കിമാവിനിടയിൽ വെച്ച് അവളെനിക്കൊരു മുത്തം തന്നതോർത്തു എന്നല്ലാതെ, ആകാശവാണിയിലെ സംസ്കൃത വാർത്തപോലെ ഒന്നും മനസ്സിലായില്ല.

തിരിച്ച് ഉമ്മ കൊടുക്കുമ്പോൾ പല്ലൊരു തടസ്സമായാലോ എന്ന് വിചാരിച്ച് ഞാനതിന് തുനിഞ്ഞില്ല.

അരിശം മൂത്തവൾ കയ്യിൽ കിട്ടിയൊരു ചീഞ്ഞ പറങ്കിമാങ്ങയെ ടുത്ത് എന്റെ മുഖത്തേക്കെറിഞ്ഞ് കാട് ഞെരിച്ച് നടന്ന് പോയ്. തൊണ്ടയിൽ കൂടി ഒരു പുഴ ഇരിഞ്ഞു പോകുന്നത് ഞാനറിഞ്ഞു.

കനമുള്ള ഇത്തരം ഓർമ്മകളെ ഞാനന്ന് കൂവി മറക്കാൻ നന്നേ പാടുപെട്ടു. അന്നത്തെ മികച്ച പ്രകടനത്തിന് കാർന്നോറ്കുറുക്കൻ എനിക്കൊരു കോഴിത്തൂവൽ സമ്മാനിക്കുകയും ചെയ്തിരുന്നു.

വാവ് കഴിഞ്ഞൊരു രാത്രി കവുങ്ങുതടി കെട്ടി വെച്ച പാലം കടക്കുമ്പോൾ അടിതെറ്റി തോട്ടിലേക്ക് വീണ് അച്ഛൻ മരിച്ചു.ശരീരം തണുത്തതിനാൽ നേരെ കിടത്താൻ കഴിഞ്ഞില്ല. കണ്ടാൽഉറങ്ങുക യാണെന്നേ തോന്നൂ. അതെ പടി വീട്ടിലെത്തിച്ച് കുഴിച്ചിട്ടു. അന്നേരം അച്ഛൻ എല്ലാതരത്തിലും ജയിച്ചവനാണെന്ന് തോന്നിപ്പോയി.

അന്ന് രാത്രി ഞാനൊരു സ്വപ്നം കണ്ടു. പടിഞ്ഞിരുന്ന് ഒരു കുറു ക്കനേയും കെട്ടിപ്പിടിച്ച് അച്ഛൻ നീട്ടി നീട്ടി ഓരിയിടുന്നു. അച്ഛനെ കണ്ടു കണ്ടില്ല ഞാൻ യാഥാർത്ഥ്യത്തിലേക്ക് നിർത്താതെ കരഞ്ഞു തുടങ്ങി. അതുകേട്ട് മുറിത്തേങ്ങ കരണ്ടിരുന്ന എലിക്കുഞ്ഞി ജനാല വഴി പുറത്തേക്ക് തുള്ളി. വീട്ടിലെ പതിവ് ഒച്ചപ്പാടുകൾ കേൾക്കാതി രുന്നതോടെ അമ്മയുടെ സമനിലയും തെറ്റി.

നാട്ടുകാര് പോയിട്ട് മുറ്റത്തെ തൊട്ടാവാടി പോലും ഞങ്ങളെ തിരിഞ്ഞു നോക്കാതെ ചുരുണ്ട ദിവസങ്ങളിൽ 'ആരൊക്കെ പറഞ്ഞാലും അവിടെയൊരുത്തൻ ഉണ്ടല്ലോ'എന്ന വിചാരത്തിൽ കക്കിരി തേടി പോകുന്ന കുറുക്കൻ മാത്രം വീട്ടിലേക്കു വരും.

'വാടാ ഒന്നിച്ചിരുന്നു ഓരിയിടാമെടാ' എന്ന് സ്നേഹത്തോടെവി ളിക്കും. അതൊന്നും ശ്രദ്ധിക്കാതെ മൂക്കിൽ വിരലിട്ട് ഞാൻ ചിന്ത കളുടെ പൊറ്റ പരതും.

'ഒന്ന് പേടിക്കടാ പുല്ലേ...': വല്ലപ്പോഴും ചവുതിയിലേക്ക് മൂത്രമൊഴി ക്കാൻ പോകുമ്പോൾ പാല മരം തേടി പോകുന്ന മാണിക്കേട്ടിയുടെ പ്രേതം എന്നോട് കണ്ണുരുട്ടും. ഞാൻ ചിരിച്ചു കൊണ്ട് മാണിക്കേട്ടി യുടെ നേരെ മൂത്രമൊഴിക്കും.

ഒന്നും ചെയ്യാതിരിക്കുമ്പോൾ എല്ലാം ഒരു തോന്നലാണെന്നത് എത്ര വലിയ സത്യമാണെന്നൊക്കെയുള്ള ആലോചനയിൽ ഇരി ക്കുമ്പോഴാണ് 'നീ മരിക്കെടാ... ഈ ലോകത്ത് മരിച്ചാതീരുന്ന പ്ര ശ്നങ്ങളെ ഉള്ളൂ' എന്ന് പറഞ്ഞ് മനസ്സ് മരണ വണ്ടിയുടെ താക്കോൽ തിരിച്ചത്.

കൂടുതലൊന്നും ആലോചിക്കാതെ കിണറ്റിൻ കരയിലെ കയറ് വലിച്ച് തോളത്തിട്ട് കുന്ന് കയറി.

'ഡാ കുന്ദാ...' ചെമ്പോത്ത് ഉറക്കത്തിനിടയിൽ തൊണ്ട നനച്ചു: 'നിന്റെ കഥ പോയോടാ കുരുപ്പേ...'

മിണ്ടാനും പറയാനും നിൽക്കാതെ മുന്നിൽ കണ്ട ഇരുൾ മരത്തിൽ കയറു വളച്ചു കെട്ടി. ഇനി തൂങ്ങിയാൽ മതി.

അതിനു മുൻപേ ജീവിതാവലോകനം ചെയ്യാമെന്ന് കരുതി മരത്തിന് ചാരി ഇരുന്ന ഞാൻ വലിയ ആകാശത്തിന് കീഴെ കരഞ്ഞു കരഞ്ഞ് ഉറങ്ങിപ്പോയി.

വീണ്ടും സ്വപ്നം കണ്ടു.

പത്തിലേക്ക് പാസ്സായി പഠിച്ച് പഠിച്ച് റിസൾട്ടിൽ ഡിസ്റ്റി ങ്ഷൻ വാങ്ങി ഞെളിഞ്ഞിരിക്കുന്ന ഞാൻ സുനന്ദയെ തുരു തുരെ ചുംബിക്കുന്നു! അച്ഛൻ ശവക്കുഴിയിൽ നിന്ന് മണ്ണ് നീക്കി പുറത്ത് വന്നപ്പോൾ അമ്മയുടെ ഭ്രാന്ത് മാറുന്നു! ചവുതിയിൽ മൂത്രമൊഴിക്കാൻ പോയ ഞാൻ മാണിക്കേട്ടിയെ കണ്ട് പേടിച്ച് പേടിച്ച് അറിയാതെ മുള്ളിപോകുന്നു!

മഴ വഴിതെറ്റി വന്നപ്പോൾ എന്നോട് വഴി ചോദിച്ചു. ഞാൻ എണീറ്റിരുന്നു.

കെട്ടിവെച്ച കുരുക്കിൽ കറുത്തക്കുമൻ മൂളിക്കൊണ്ടിരിക്കുമ്പോൾ എനിക്ക് ചുറ്റുമിരുന്ന കുറുക്കന്മാർ ലോകത്തോട് പല്ലിളിച്ച് കാണിച്ചു. കാർന്നോറ് കുറുക്കൻ അരികിലേക്ക് വിളിച്ച് ഒരുപാട് സമയം ഉപദേശിച്ചു. തോൽക്കുക എന്നത് നിസ്സാര കാര്യമല്ലെന്നും തോൽവി വിജയത്തിന്റെ ചവിട്ടുപടിയല്ല ഞാനപീഠമാണെന്നും അതിൽ അഭി മാനിക്കുകയാണ് വേണ്ടതെന്നും അടിവരയിട്ടു പറഞ്ഞു.

എത്ര വലിയ പ്രശ്നവും ഒരു ഉറക്കത്തിൽ തീരുന്നു. ഓരോ ഉറക്കവും ഓരോ മരണങ്ങളാണ്. ഇളംകാറ്റ് എന്റെ ചെവിയിൽ മൂളി തന്നു.

ഞാൻ മുഖമൊക്കെ തുടച്ച് മരത്തിന് താങ്ങി നിന്നു. കുറുക്കന്മാർ മാറി നിന്ന് ചോദിച്ചു: 'റെഡി ആയോടാ'. ഞാൻ തലയാട്ടിയ നേരം നക്ഷത്രങ്ങൾ കണ്ണിറുക്കി മിന്നിച്ച് എണ്ണിത്തുടങ്ങി.

ഒന്ന്... രണ്ട്... മൂന്ന്...

●

പാൻസ് പെർമിയ

ദീപ്ചന്ദ് ബാലാമണി

പണ്ടേ....ക്ക് പണ്ട്. ഒരു പാട് പണ്ട്. പൊട്ടൻ അലറ്ന്നെന്നും ഡിനോസറുകൾ ചാവെട്ക്ക്ന്നെന്നും ഒരുപാട് പണ്ട്- രണ്ട് ജീവബിന്ദുക്കൾ നടക്കാനിറങ്ങി. അത് ഖാസാക്കിലെ നിലാവത്ത് യക്ഷിക്കുഞ്ഞുകൾ പൂക്കുന്ന കരിമ്പനക്കാട്ടിലായിരുന്നില്ല. വടക്കോട്ട് വടക്ക് പൈതലിനും കൊടകിനും വടക്ക്, മന്ദപ്പൻ നടന്നുപോയ മുത്താർ മുടിക്കകൊവിലെവിടെയോ ഒരാനപ്പാറ പയസ്വിനിയെ പേറുന്ന ഒരുറവയ്ക്കടുത്തായിരുന്നു.

ദാമോദരൻ മാഷ് അവരെ മണ്ണാങ്കട്ടയും കരിയിലയും എന്ന് വിളിച്ചു.

"മണ്ണാങ്കട്ടയും... കരിയിലയും പണ്ടൊരു ദിവസം കാശിക്ക് പോയ്..." നിങ്ങൾ കരുതുന്നത് പോലെ അവർ പ്രണയത്തിലൊന്നും അല്ലാട്ടോ. കുട്ടസനേയും ഡാകിനിയെയും പോലെ പാലയും കോഴയും പോലെ എന്തിന് ഇന്ത്യയും പാക്കിസ്ഥാനുംപോലെ നല്ല ഇന്റിമേറ്റ് ഫ്രണ്ട്സ്.

മുകളിൽ ചേരുമരത്തിൽ തന്നെയും നോക്കി പല്ലിളിച്ച് ചിരിക്കുന്ന പച്ചിലകളെക്കൊണ്ട് കരിയില വിഷമിച്ചു. അവറ്റകൾക്കിടയിലെവിടെയോ ഒരു ചുവന്ന പൂവ് തന്റെ കരിയിലയിലേക്ക് കൊഴിഞ്ഞുവീഴാൻ അമ്മ മരത്തോട് കരയുകയായിരുന്നു. "വെള്ളം തേടിപ്പോയ വേരുകളുടെ ചാവലാണ് കുഞ്ഞേ. നിന്റെ ചോപ്പ്... സമയമാവട്ടെ...

ഒരു നാൾ നീയും കൊഴിഞ്ഞു വീഴും..."

അന്നത്തെ ചുവന്ന സന്ധ്യയിൽ ചന്ദ്രക്കല വിരിയുന്ന സമയമായപ്പോഴേക്കും കരിയിലയ്ക്ക് മണ്ണാങ്കട്ട കൂട്ടിനവന്നു. അവർ ഒരുമിച്ച് ഒരു യാത്രയ്ക്കൊരുങ്ങി. പക്ഷേ, അത് കാശിയിലോട്ടായിരുന്നില്ല്. ആഹാരത്തിന് ശേഷം നിലനിൽപ്പിന് വേണ്ടിയല്ലാതെ തന്റെ സഹജീവിയെ കൊന്നൊടുക്കുന്ന 'ഹോമോസാപ്പിയൻസ്' വാഴുന്ന കോക്കാനം മൊട്ടയിലേക്കായിരുന്നു.

പണ്ടാരോ എവിടെയോ എഴുതിവെച്ചതുപോലെ കൊടുങ്കാറ്റും പേമാരിയും ഒന്നിച്ച് വന്നില്ല. അവർക്ക് പരിചിതമല്ലാതിരുന്ന ഒരു ഭീമൻതുമ്പി പറന്ന് വന്ന് ആകാശത്തുന്ന് താഴോട്ട് തുപ്പിയ ഒരു നീലമഴയായിരുന്നു. വലിയ തുമ്പിയുടെ ചിറകുകളിൽ നിന്നും വീശിയ കൊടുങ്കാറ്റ് പിറകെയും മുത്താർ മുടിക്കാവിലെ ചുവന്നുതുടുത്ത പുലരിയിൽ ചരിത്രം ആവർത്തിച്ചുകൊണ്ട് മണ്ണാങ്കട്ട ഋതുമതിയായി തുടങ്ങിയ പയസ്വിനിയിലെവിടെയോ മുങ്ങിത്താണു. കരയില പറന്ന് പറന്ന് അരുവിയെ പെറ്റ ആനപ്പാറയയിലെവിടെയോ തലതല്ലി വീണു.

ബോധം വന്നത് 2015 ക്രിസ്തു വർഷങ്ങൾക്കു ശേഷം നടന്ന ഒരു കലശാട്ടുടനാളിൽ പൊട്ടിയ കതിനശബ്ദം കേട്ടായിരുന്നു. കരിയിലെ അരുവിയിലേക്ക് എടുത്തുചാടി. പയസ്വിനി ഒരു കൈകുഞ്ഞോളം മാത്രമേ ഉണ്ടായിരുന്നുള്ളൂ. കരിയില അവളോട് ചോദിച്ചു.

"പയസ്വിനികുഞ്ഞേ... പയസ്വനിക്കുഞ്ഞേ നീ മണ്ണാങ്കട്ടയെ കണ്ടിനാ..."

"ഞാനൊന്നും കണ്ടിറ്റ" പയസ്വിനി മുഖം ചുളിച്ചു.

"അയ്യോ... അപ്പോ അവൻ ചത്തിട്ടിണ്ടാവ്വോ?"

"ആ... അറീല. നീ എന്റൊക്കെ വന്നോ... ഞാൻ ഏതായാലും ഒഴ്ക്ന്നിണ്ടല്ലോ.... എന്റൊക്ക വന്നാൽ അറബിക്കടല് വരനിൻക്ക് മണ്ണാങ്കട്ടേന പര്ത... ന്തേ..."

അത് ശരിവച്ചു. പയസ്വനി ഋതുമതിയായിത്തുടങ്ങിയ കാലിച്ചാമരം കുന്നിലെ ചെമ്പകക്കാട്ടിലെവിടെയോ ഒരാൾ ഇരുന്ന് നാമം ജപിക്കുന്നുണ്ടായിരുന്നു. താൻ പണ്ട് ഒരു തളിരിലയായി ചേരുമരത്തിൽ ഇരുന്നിരുന്ന സമയത്ത് താഴെ രണ്ടിണ കുരുവികളെ വേട്ടയാടിയ അതേ ആൾ പക്ഷേ, അയാളിന്നൊരു കാട്ടാളനല്ലായിരുന്നു. കരിയില അയാളോട് ചോദിച്ചു.

"ഏയ്... വാൽമീകി സാമി നിങ്ങോ എന്റെ മണ്ണാങ്കട്ടേന കണ്ടിനാ...

ഏയ്... സാമീ..."

മൊറാലിറ്റി എഴുതിവെച്ച് തപസ് ചെയ്യുകയായിരുന്ന വാൽമീകി കരിയിലയുടെ അലർച്ച ഇളം കാറ്റിലെ ഇലകളുടെ മർമരമായിപ്പോലും കേട്ടില്ല....

കണ്ണീര് വറ്റി വരണ്ടുണങ്ങിയ പച്ചില തന്റെ കണ്ണിൽ കണ്ണീരില്ലാത്തതിനാൽ വിങ്ങിപ്പൊട്ടി. അവിടുന്നും മൈലുകളും കിലോമീറ്ററുകളും താണ്ടി കരിയില പൊട്ടൻ കുടിയിരിക്കുന്ന താളപ്പൻ വളപ്പിലെത്തി...

"ഏയ്... പൊട്ടൻ ദൈവങ്ങളെ.... നിങ്ങോ എന്റെ മണ്ണാങ്കട്ടേന കണ്ടിനാ..."

"ങേ... ഞാനാ... ഞാൻ കണ്ടിറ്റൊന്നുല്ലാ...

നീ വന്ന വയ്ക്കുന്നെ പോയ്ക്കോ കുഞ്ഞി....

ഈടന്നങ്ങോട് പൊട്ടന് തണ്പ്പാന്ന്....

....

തണുപ്പോട് തണുപ്പ്...."

പൊട്ടൻ പേടിപ്പിച്ചിട്ടും കരിയില വഴങ്ങിയില്ല. രണ്ടായിരത്തി പതിനഞ്ചിന് ആ തുമ്പി തുപ്പിയ നീല മഴയത്ത് പയസ്വിനിയിലൊഴുകിപ്പോയ തന്റെ ചങ്ങാതിയെയും പരതി കരിയില വീണ്ടും യാത്രയായി...

സൂര്യൻ ഭോഗം ചെയ്തു ചെയ്തു പയസ്വനി ഒരായിരം മഴകുഞ്ഞികളെ പ്രസവിച്ചു. ആ കടവത്ത് ഒരാൾ തന്റെ തോർത്തുമുണ്ട് അലക്കുകയായിരുന്നു. വട്ടകണ്ണടയും മൊട്ടത്തലയുമുള്ള ആ വൃദ്ധനോട് കരിയിലെ ചോദിച്ചു.

"ഏയ്.... ഗാന്ധിജി അച്ഛാച്ചാ. നിങ്ങൊ എന്റെ കണ്ണാങ്കട്ടേനെ കണ്ടിനാ....?

"ഇല്ല കുഞ്ഞേ... നീ തിരിച്ചു പോയിക്കോളൂ... ഇനിയങ്ങോട്ട് നിനക്ക് പറ്റൂല..."

എല്ലാരും പോണ്ട പോണ്ടാന്ന് പറേണ്ടിൽ കരിയിലയ്ക്ക് ചങ്കുപൊട്ടുന്ന വേദനയുണ്ടായി. നിറം മാറിത്തുടങ്ങിയ പയസ്വനിയിലൂടെ കരിയില വീണ്ടും യാത്രയായി. മഞ്ഞ മതിക്കുന്ന് ഭീമൻ മണ്ണ് മാന്തി

യന്ത്രം തിന്നുകയായിരുന്നു. പുഴക്കരയിലെ ഗ്രാമങ്ങളിൽ വയറു പൊന്തിയ തലപൊരുത്ത കുഞ്ഞുങ്ങൾ ഓലപ്പായയിൽ ആകാശം നോക്കിക്കിടക്കുന്നു. ഇവിടെ പുഴയുടെ ഗർഭപ്രാത്രത്തിലേക്ക് പെയ്തു വീണത് പുതുമഴകുഞ്ഞുങ്ങൾ ആയിരുന്നില്ല. വലിയ കുഴലുകളിൽ രാക്ഷസക്കുഞ്ഞുങ്ങളെ പേറുവാൻ കറുത്ത മാലിന്യങ്ങൾ. പയസ്വി നിയിൽ ഒഴുകിയൊഴുകി അവിടെവെച്ച് കരിയില കരയ്ക്കടിഞ്ഞു.

"അപ്പോ... കടൽ..?"

വൃദ്ധയായ പയസ്വനിയോട് കരിയില ആകാംക്ഷയോടുകൂടി ചോദിച്ചു.

"ഇല്ല കുഞ്ഞേ... കടൽ എത്തൂല,,,

ഞാൻ ഇവിടെ മരിക്കുവാന്ന്...

എനി ഒഴുകാൻ കയ്യ.."

നട്ടുച്ച വെയിലത്ത് പുഴ മരിച്ച ശ്മശാനഭൂമികയിലെ മണൽപ്പര പ്പിൽ കരിയില തന്റെ മണ്ണാങ്കട്ടയെത്തേടി...

ആ മണൽപ്പുറത്ത് മുളച്ചു പൊന്തിയ ഫ്ലാറ്റുകളിൽ കുറെ കുഞ്ഞു ങ്ങൾ ക്യാൻഡി ക്രാഷ് സാഗ കളിക്കുകയായിരുന്നു അവരോട് കരിയില ചോദിച്ചു.

"ഏയ് കുഞ്ഞോളെ നീയെന്റെ മണ്ണാങ്കട്ടേന കണ്ടിനാ..."

ഫ്ലാറ്റിലെ 56-ാം നിലയിൽ നിന്ന് താഴോട്ട് എത്തി നോക്കി ചോദിച്ചു.

"മണ്ണാങ്കടയാരാ"

"ന്റെ ചെങ്ങാതിയാ..." കരിയില പറഞ്ഞു.

"ഓ... അപ്പോ Facebookൽ തപ്പാം... വാട്സ് അപ്പ് ഉണ്ടോ..."

കരിയില വാ പൊളിച്ചുനിന്നു.

"അല്ലേൽ ഒരു സെൽഫിയെടുത്ത് Facebook ബുക്കിൽ പോസ്റ്റ് നിങ്ങളെ ചങ്കായി... ആരാ... ആ മണ്ണാങ്കട്ട കണ്ടാൽ ഇങ്ങോട്ടേ് ഫ്രണ്ട് റിക്വസ്റ്റ് അയച്ചോളും... ന്നേ.." പിന്നീടങ്ങോട്ട് തിരയുവാൻ കരിയിലയിൽ ജീവനുണ്ടായിരുന്നില്ല.

●

ഭൂമിദേവിയുടെ അറവാണിച്ചികൾ

ശില്പ ചന്ദ്രൻ

കേരളത്തിൽനിന്നും തമിഴ്നാട്ടിലെ കൂവഗത്തേക്കുള്ള ഒരു ഒഫിഷ്യൽ ട്രിപ്പിലാണ് ഞാനവരെ പരിചയപ്പെട്ടത്. യെല്ലമ്മ! പേരുകേട്ടാൽ ചെറുനാരങ്ങാമാലയും ചുവന്നപട്ടുമുടുത്തു നിൽക്കുന്ന ഉഗ്രരൂപിയായ ഒരു തമിഴ് മൂർത്തിയാണെന്നോ തോന്നൂ...

അല്ല. ഇതൊന്നുമല്ല.

ബംഗാളിക്കോട്ടൻ തറ്റുടുത്ത് വലിയ കല്ലുമൂക്കുത്തിയും മഞ്ഞച്ചരടും ഇട്ട്... കാഴ്ചയിൽ നമ്മുടെ നടി മനോരമയെപ്പോലെ 'സൂപ്പർ വുമൺ'

വണ്ടി ഹൈവേയിൽ വച്ച് ബ്രെയ്ക്ക് ഡൗൺ ആയപ്പോൾ കടുത്ത ചൂടുകാറ്റിനൊപ്പം ട്രാക്ടർ ഓടിച്ച് വരിയായിരുന്നു അവർ.

കൈകാണിച്ചപ്പോൾ നിർത്തി.

"അമ്മാ, ഇങ്കേറ്ന്ത് കടുതണ്ടവാർകോവിലേക്ക് എവള്ള ദൂരം ഇറ്ക്ക്?"

"നിങ്ങള് കേരളത്തിൽ നിന്നാണോ?"

ശുദ്ധമലയാളത്തിലുള്ള അവരുടെ ചോദ്യം കേട്ടപ്പോൾ ഞെട്ടിപ്പോയി!

"അതേ.. കേരളത്തിലെ എറണാകുളത്തുനിന്നും വരുന്നു. നിങ്ങൾക്ക് എങ്ങനെ? ഇത്ര നന്നായി മലയാളം സംസാരിക്കുന്നു?"

എന്റെ ചോദ്യത്തെ ഒട്ടും ഗൗനിക്കാതെ അവർ തുടർന്നു.

"ഇവിടുന്ന് വർക്ക് ഷോപ്പിലേക്ക് രണ്ട് കിലോമീറ്റർ ദൂരം

കാണും." ഇന്നിപ്പോൾ വൈകുന്നേരം അങ്ങോട്ടേക്ക് പോകുന്നത് അപകടമാ..."

അവരുടെ വാക്കുകളിൽ ഭയം നിഴലിച്ച് ഇരുട്ട് പരന്നിരുന്നു!

"ഞാൻ.... എനിക്ക് നാളെ വൈകിട്ടാകുമ്പോഴേക്ക് കുട്ടതണ്ടവാർ കോവിലിലേക്ക് എത്തണം. ഒരു സ്പെഷ്യൽ പ്രൊജക്ട് ചെയ്യാൻ വേണ്ടിയാണ് ഇവിടേക്ക് യാത്ര തിരിച്ചത് നിങ്ങൾക്ക് എന്നെ ആ വർക്ക്ഷോപ്പ് വരെ ഒന്നു എത്തിച്ചു തരാൻ പറ്റുമോ?"

"ഞാൻ പറഞ്ഞില്ലെ. വൈകുന്നേരം അങ്ങോട്ടേക്ക് പോകുന്നത് അപകടമാണ്. പറഞ്ഞത് മനസ്സിലാക്കു കുട്ടി..."

കണ്ണിലെ ഇരുട്ട് കാണാതിരിക്കാൻ കഴിഞ്ഞില്ല. കുട്ടീ... എന്ന വിളിയിലെ സ്നേഹവും. അമ്മ മരിച്ചേപിന്നെ എന്നെ ഇത്ര സ്നേഹത്തോടെ ആരും വിളിച്ചിട്ടില്ലയ. തന്തോന്നിയായിരുന്നു. ഞാൻ! ഫോട്ടോ ജേണലിസത്തിന് കോഴിക്കോട്ടേക്ക് വരുമ്പോൾ അമ്മയ്ക്ക് വേവലാതിയായിരുന്നു. അച്ഛന്റെ മരണശേഷം കിട്ടിയ ഗവൺമെന്റ് ജോലി ഉപേക്ഷിച്ച് ഇഷ്ടപ്പെട്ട കോഴ്സെടുത്ത് പഠിക്കാൻ തീരുമാനിച്ചപ്പോഴേ കുടുംബക്കാര് വിളിച്ചുതുടങ്ങിയതാണ് താന്തോണീന്ന്!

കോഴ്സുപൂർത്തിയാകുന്നതിനുമുമ്പ് എനിക്ക് 'ഇമേജ് ഇന്റർനാഷണലിൽ' ജോലി ശരിയായി. ആദ്യ ശമ്പളത്തിന് അമ്മയ്ക്കൊരു നേര്യതും അപ്പുറത്തെ കണാരേട്ടന്റെ പിള്ളേർക്ക് ചോക്ലേറ്റുമായി പോയതായിരുന്നു.

ഞാൻ വരുന്നതിന്റെ സന്തോഷത്തിൽ കാച്ചിലും മേഴുക്കുവരട്ടിയും തേൻവരിക്കയും നല്ല പുഴമീനും... ഒടുക്കം കുളിമുറിയിലെ നഞ്ഞ പായലിൽ തണുത്തുറഞ്ഞ അമ്മയും!

ഓർമ്മ കടുകുപാടത്തെ കാറ്റിലുടക്കിയപ്പോഴേക്കും യെല്ലമ്മയുടെ ട്രാക്ടർ അവരുടെ വീടിനു മുന്നിലെത്തിയിരുന്നു. കയ്യിൽ ലാപ്ടോപ്പും ആദ്യ സമ്പാദ്യമായ നിക്കോണിന്റെ ക്യാമറയും മാത്രമേ ഉണ്ടായിരുന്നുള്ളൂ. യാത്ര വഴിക്ക് വച്ച് മുടങ്ങുമെന്നോ ഇങ്ങനെയൊരവസ്ഥ ഉണ്ടാകുമെന്നോ പ്രതീക്ഷിച്ചില്ല.

തീർത്തും തമിഴ് പാരമ്പര്യ ശൈലിയിലുള്ള ഒരു വീട് ചുവരിൽ മഞ്ഞകലർന്ന് ചുവപ്പും പച്ചയുമുള്ള ചിത്രപ്പണികൾ. ചെമ്പു കുടങ്ങൾ...

"അമ്മ ഇവിടെ ഒറ്റയ്ക്കാണോ താമസം? കുടുംബം കുട്ടികൾ?"

"ആരുമേ ഇല്ല. അപ്പനും അമ്മയും മരിച്ചതിൽപ്പന്നെ എല്ലാം നോക്കി വളർത്തുന്നു"

ഒരുപാട് പാടവും കൃഷിയുമുണ്ട്. തിരക്കായതിനാൽ ഒറ്റയ്ക്കാണെന്നു തോന്നുന്നതും ഇല്ല."

സന്ധ്യരാത്രിയായി, ഗ്രാമത്തിലെ നീണ്ട പാടങ്ങൾക്കപ്പുറം ഒരു കോവിലിൽ നിന്ന് വെടിപൊട്ടുന്നതിന്റെയും ശ്ലോകങ്ങൾ ഉരുവിടുന്നതിന്റെയും അവ്യക്ത ശബ്ദങ്ങൾ.

യെല്ലമ്മ അടുക്കളയിലായിരുന്നു. നെയ് ഒഴിച്ച കറിയുടെയും പപ്പടം ചുടുന്നതിന്റെയും ഗന്ധമടിച്ചപ്പോൾ ഞാൻ അവിടേക്ക് ഓടി....

"ന്താ കുട്ടി...? വിശക്കുന്നുണ്ടല്ലെ?"

അവർ ചെമ്പ്കിണ്ണത്തിൽ ചോറുവളമ്പിവച്ചിരുന്നു... കൈകഴുകാൻ പിറകുവശത്തെത്തിയപ്പോഴാണ്. ആ കാഴ്ച ശ്രദ്ധയിൽപ്പെട്ടത്. ഓടുമേഞ്ഞ ഒരു വലിയ പുരയിൽ നൂറോളം വരുന്ന പശുക്കൾ. ഒന്നമറുകയോ മുരളുകയോ ചെയ്യാതെ.... പട്ടപ്പുല്ലിൽ എന്തൊക്കെയോ അയവിറക്കുന്നു.

പനങ്കാട്ടിൽ നിന്നും വീണ്ടും കാറ്റിന്റെ സീൽക്കാരമുയർന്നു നിന്നു വാലുകൾ ചന്തിക്കടിച്ചു കൊണ്ടിരുന്നു.

"അമ്മാ.. ഇത്രയും പശുക്കളെഞാൻ ഒരു വീട്ടിലും ഇതുവരെയും കണ്ടിട്ടില്ല."

"അവരാണ് എന്റെ കുട്ടികൾ. അവരാണ് ന്റെ പ്രിയപ്പെട്ട ബന്ധുക്കൾ"

"ഓ... അപ്പാ അമ്മയ്ക്ക് നല്ല വരുമാനം ഉണ്ടാകും. ഇത്രയും പശുക്കളെ ഓരോന്നുവീതം വച്ച് ഒരുപാട് പാലുകിട്ടില്ലെ?"

യെല്ലമ്മ നിശബ്ദയായി...

കഴുത്തിലെ മഞ്ഞച്ചരടിലെ കാളരൂപത്തിൽ ചുണ്ടമർത്തി അവർ പറഞ്ഞു.

"അവയെല്ലാം അറവാണികളാണ്

മച്ചിപ്പശുക്കൾ!"

പിന്നെ ഞാനൊന്നും ചോദിച്ചില്ല. കഴുകിയ പാത്രങ്ങളെല്ലാം അടുക്കിവച്ച് അവർ എനിക്ക് വേണ്ടി മുറിയൊരുക്കാൻ പോയി. ഞാൻ ലാപ്ടോപ്പിന്റെ ചിറകു വിടർത്തി.

ഫേസ് ബുക്കിലേക്ക്, വഴിക്ക് വച്ച് പകർത്തിയ ഫോട്ടോസ്അപ് ലോഡ് ചെയ്തു. മാതൃഭൂമിക്കോളം തുറന്നപ്പോ ആദ്യത്തെ വാർത്ത

"മഹാരാഷ്ട്രയിൽ ഗോമാംസം ഭക്ഷിച്ചതിന്റെ പേരിൽ

മധ്യവയസ്കനെ നാട്ടുകാർ തല്ലിക്കൊന്നു."

സ്ക്രീനിൽ തെളിഞ്ഞ മുഖം നോക്കിയില്ല. ബാക്കി വാചകങ്ങൾ വായിച്ചതുമില്ല. ഉള്ളിൽ നിറയെ യെല്ലമ്മയുടെ ആറവാണികളായിരുന്നു. മച്ചിപ്പശുക്കൾ...

നേരം പുലർന്നപ്പോൾ... യെല്ലമ്മ തൊഴുത്തിലായിരുന്നു. ഞാൻ ഉടുത്തിരുന്ന അവരുടെ സാരി കണങ്കാൽ വരെ കയറ്റിവച്ച് തിണ്ണയിൽ കുത്തിയിരുന്ന് അതുകണ്ടു.

യെല്ലമ്മ ഓരോ പശുവിന്റെയും ചുളുങ്ങി വലിഞ്ഞ മുലകളെ നനച്ചു കൊടുക്കുന്നു. അവരുടെ നരച്ചരോമങ്ങളിൽ തലോടുന്നു. വാർദ്ധക്യം വരണ്ടുണങ്ങിയ കറുത്തപുള്ളികളിൽ ചുംബിക്കുന്നു.

ഞാൻ റെഡിയായി തിരിച്ചിറങ്ങാൻ തുടങ്ങുമ്പോഴേക്കും ഒരു കഞ്ഞിപാത്രം നിറയെ തേങ്ങാപ്പീരയും ശർക്കരയുമിട്ട് ഉരുട്ടിയെടുത്ത ബിണ്ടിയുമായി വന്നു.

ഞാൻ ചോദിച്ചു.

യെല്ലമ്മാ ഞാൻ നിങ്ങലുടെ ഒരു ഫോട്ടോ എടുത്തോട്ടെ....

"എന്തിനാ കുട്ടി അതൊക്കെ?"

"വെറുതെ ഓർത്തുവയ്ക്കാനാ അമ്മാ... നിങ്ങൾ നിങ്ങളുടെ കുട്ടികളുടെ കൂടെ ചെന്ന് നിൽക്ക്"

അവർ പെട്ടെന്ന് ക്രോധയായി ശരിക്കും ഒരുഗ്രമൂർത്തി. "വേണ്ടാ...! അവരെ തള്ളിക്കളഞ്ഞവരുണ്ട് ഇവിടെ... മരിക്കുന്നെങ്കിൽ അവർ മണ്ണിനോട് ചേർന്ന് മരിക്കട്ടെ... തിന്നും കൊഴുപ്പൂറ്റിയും, തീട്ടമാക്കാൻ അവരെ ഞാൻ വിട്ടുകൊടുക്കില്ല."

എന്റെ കണ്ണുനിറഞ്ഞുപോയി. ഞാൻ നിർബന്ധിച്ചില്ല.

ട്രാക്ടറിൽ എന്റെ കാറിനടുത്ത് എന്നെ ഇറക്കി... സാധാനങ്ങൾ എടുത്തുവയ്ക്കുമ്പോൾ എന്നെ ചേർത്തു പിടിച്ച് അവർ പറഞ്ഞു...

“നന്നായ് വരും.... എല്ലാരിക്കും സുഖം വരും”

കടുതണ്ടിവാറിലെ ഹിജഡകളുടെ താലിയറുക്കൽ ചടങ്ങിന്റെ ഫോട്ടോയെടുത്ത് തിരിച്ചിറങ്ങുമ്പോൾ നടയിലെ ‘വിഘ്നേശ്വരി’ വിഗ്രഹത്തിൽ പൂമാല ചാർത്തുന്ന യെല്ലമ്മയും ഉണ്ടായിരുന്നു.

അടുത്തേക്ക് പോയില്ല. അവർ കഴുത്തിലെ കാളരൂപം അറുത്ത് ഭൂമിദേവിയാവുകയായിരുന്നു. പണ്ടൊരിക്കൽ മഹാവിഷ്ണുവിനടുത്ത് പശുവിന്റെ രൂപത്തിൽ പരാതി പറയാൻ പോയ ഭൂമീദേവി!

●

മച്ചുക

നിധിൻ. വി.എൻ.

സമയപ്രഭുവിന്റെ വലുതും ചെറുതുമായ കാലുകൾ ഏഴിൽ വന്നു നിന്ന സമയം. ഡാനിയൽ തന്റെ ബോക്സിങ്പ്രാക്ടീസ് നിർത്തി ടെസയ്ക്ക് മുൻപിലെത്തി. അരമണിക്കൂറായുള്ള കാത്തിരിപ്പിനെ കുടഞ്ഞുകളഞ്ഞ്, നിരാശകലർന്ന മുഖത്തോടെ ഒരു ഉത്തരത്തിനായി ടെസ ഡാനിയെ നോക്കി. മൂന്നുവർഷങ്ങൾക്കുമുൻപ് ഇതുപോലൊരു ദിവസം ഭയവും പ്രത്യാശയും ചാറിത്തുടങ്ങിയ മനസ്സോടെ ഡാനി ടെസയ്ക്കുമുൻപിലിരുന്നു. അന്നവൾ പറഞ്ഞ 'യെസ്'' രണ്ടുപേരെയും പ്രതിയോഗികളാക്കി ജീവിതമാകുന്ന ബോക്സിങ് റിങ്ങിലെത്തിച്ചു.

'ഡാനി'

ബോക്സിങ് റിങ്ങിലേക്ക് ടെസ സ്നേഹത്തിൽ കൊരുത്ത ആദ്യ ചുവടുവെച്ചു.

'ടെസ, നീയെന്നെ വെറുതേ ടോർച്ചർ ചെയ്യരുത്. നാളത്തെ മത്സരം, അതുമാത്രമാണ് എന്റെ സ്വപ്നം'.

'ആ സ്വപ്നങ്ങൾക്കെല്ലാം മുൻപ് നമ്മളൊന്നിച്ചൊരു സ്വപ്നംകണ്ടിരുന്നു'.

'ശരിയാണ്. പക്ഷേ, ഇന്ന് ഞാനൊരു ഭർത്താവാണ്''.

'അതിനുമുൻപ് നീയെന്റെ കാമുകനായിരുന്നു.'

പ്രതീക്ഷിച്ചതിലും വേഗത്തിലുള്ള ടെസയുടെ അറ്റാക്ക് ഡാനിയെ

തളർത്തി. ആ അവസരത്തെ മുന്നിൽ കണ്ടുകൊണ്ട് ഒരു ബോക്സറുടെ കടന്നാക്രമണമെന്നപോൽ, വാക്കുകളുടെ തീവണ്ടി അവനിലേക്ക് ഓടിക്കുകയായിരുന്നു ടെസ ചെയ്തത്.

അഗ്നിയുടെ പ്രണയഭോഗത്താൽ എരിഞ്ഞടങ്ങുന്ന മെഴുകുമന സ്സുമായി ഡാനി നിന്നു.

'ഇന്നെന്റെ വയറ്റിൽ വളരുന്ന കുഞ്ഞിന്റെ അച്ഛനാണ് നീ' നിമിഷ ങ്ങൾ കരഞ്ഞു. വിയർപ്പുപൊടിഞ്ഞ നെറ്റിയിൽ കൈതാങ്ങി, ഡാനി തളർച്ചയോടെ ബോക്സിങ് റിങ്ങിലിരുന്നു.

'നീയെന്നെ നശിപ്പിക്കാനായിട്ട് ഇറങ്ങിത്തിരിച്ചിരിക്ക യാണല്ലേ?'

'അങ്ങനെത്തന്നെയാണെന്നു കൂട്ടിക്കോ!'

അടുത്ത നിമിഷം ചോരചിന്തിക്കൊണ്ട് ബോക്സിങ് റിങ്ങിലേക്ക് മലർന്നുവീണ ടെസയെ സശ്രദ്ധം നിരീക്ഷിച്ചുകണ്ട് ദൈവംകൗണ്ടു ചെയ്യാൻ തുടങ്ങിയ സമയം, എന്നിലെ ഭയം വളർന്നുവളർന്ന് എന്റെ ശ്വാസത്തെ ഊറിക്കുടിച്ചു കൊണ്ടിരുന്നു.

'മമ്മാ'

തീവ്രമായ നോവിന്റെ അടങ്ങാത്ത നിലവിളി ശബ്ദമെന്നപോൽ ഞാനവർക്കുള്ളിൽ കൂടുതൽ ഉച്ചത്തിൽ മുഴങ്ങിക്കൊണ്ടിരുന്നു.

'നീയീ നശിപ്പിനെ ഉപേക്ഷിക്കും, ഉപേക്ഷിക്കണം' അയാളുടെ ശബ്ദം കനത്തു.

'നിനക്കുവേണ്ടെങ്കിലും, എനിക്കുവേണം ഈ കുഞ്ഞിനെ. അച്ഛ നാരെന്ന് അറിയിച്ച് ഞാൻ വളർത്തും ഇതിനെ'. മരണംമുന്നിൽ കണ്ടവന്റെ തലയ്ക്കുള്ളിൽ, സ്വപ്നത്തിന്റെ വിശുദ്ധമരങ്ങൾ കിളിർത്തു തുടങ്ങിയ സമയം, ഡാനിയൽ ക്രോധംകൊണ്ട് ജ്വലിച്ചു.

മനസ്സിലെ ഇരുട്ടുപതച്ച പാതയിലൂടെ പ്രണയത്തിന്റെ ശവമഞ്ചം തോണ്ടിയ നീണ്ട നിശ്ശബ്ദതയ്ക്ക് വിരാമമിട്ട് ഡാനി ചോദിച്ചു:

'നിനക്കെന്താ വേണ്ടത് ?'

'നാളത്തെ മത്സരത്തിൽ നീ ഹോമറിനു മുന്നിൽ തോൽക്കണം. അങ്ങനെയാണെങ്കിൽ ഈ കുഞ്ഞിനെ ഞാനുപേക്ഷിക്കാം.

അതിനുശേഷം നിന്റെ കുടുംബജീവിതത്തിലെ വെളിച്ചമണയ്ക്കാൻ ഒരു കാറ്റായിപ്പോലും ഞാൻ കടന്നുവരില്ല.'

ഇന്നോളം പരാജയമറിയാത്ത തന്റെ കരിയറിനെക്കുറിച്ചും മാറി ബറിന്റെ ബെറ്റിങ് കമ്പനിയെക്കുറിച്ചും അയാൾ ചിന്തിച്ചു. ടെസയുടെ ബെറ്റിങ് കമ്പനിക്കുവേണ്ടി താൻ യൂദാസാവുകയാണെന്ന തിരിച്ചറിവ്, ഹൃദയത്തിന്റെ ഉള്ളറകളിൽ വേദനയായി പൊട്ടിയൊലിച്ചു. വർഷം പെയ്തിറങ്ങുന്ന കർക്കിടകത്തെപ്പോലെ ഹൃദയം അപ്പോൾ കരഞ്ഞു. അവസാനം, ബലികൊടുക്കാൻ നിന്നുകൊടുക്കുന്നവന്റെ മനസ്സോടെ മൗനിയായി ഡാനി സമ്മതം മൂളി.

....

ബോക്സിങ്ങിന്റെ നിയമങ്ങൾ തെറ്റിച്ച് രണ്ടുപേരും എനിക്കുനേരെ തിരിഞ്ഞപ്പോൾ, വീടെന്ന ഗർഭപാത്രത്തിൽനിന്നും പുറത്താക്കപ്പെടുന്നവന്റെ ശൂന്യതയായിരുന്നു മനസ്സുനിറയെ.

ഇരുട്ട്, വിശുദ്ധമായ ഈ ഇരുട്ടുപുതച്ച് പരേതരുടെ ലോകത്തെ സ്വപ്നം കാണുകയായിരുന്നു ഞാൻ.

'മമ്മാ....... പപ്പാ......'

ഇല്ല! വാക്കുകളെല്ലാം ശൂന്യമായി മുറിഞ്ഞുവീഴുന്ന ഇവരുടെ ലോകത്ത് ജീവനുവേണ്ടിയുള്ള യാചന വെറുതേയാകുന്നു.

സമയപ്രഭു തന്റെ വലുതും ചെറുതുമായ കാലുകൾ നീട്ടി ഞൊണ്ടി ഞൊണ്ടി പായുമ്പോൾ ഒരിക്കലും ഉറക്കാത്ത എന്റെ മമ്മയുടെയും പപ്പയുടെയും ഹൃദയത്തിന്റെ വാതിലിൽ മുട്ടുകയായിരുന്നു ഞാൻ.

●

മച്ചക - ഏറ്റവും വലിയ തെറ്റ്.

ഹിരണ്യ ഗർഭൻ

അഖിൽ എസ് മുരളി

'ചേക്കേ'?
ചേക്കുട്ടി പൊത്തിൽ ഇരിക്കുകയായിരുന്നു
മാന്തളിർ പറിച്ചു ചവച്ച്..
ചവർപ്പ് കയറ്റി കുന്തിച്ചിരിക്കുകയായിരുന്നല്ലോ....
അപ്പാ...
അപ്പൻ വിളികേട്ടു
ചേക്കേ....
'എന്തിനാണ്ടാ പറമ്പിൽ കേറിയേ'?
ചേക്ക് തല ചൊറിഞ്ഞു...
തെങ്ങിൽ കള്ളുണ്ടോ
ഉണ്ടപ്പാ
പൊരയിൽ പെണ്ണുണ്ടോ
ഉണ്ടപ്പാ ചിരിക്കുന്നു..
രണ്ടാത്മാക്കൾ കൂട്ടച്ചിരി ചിരിക്കുന്നു.

കാടും വള്ളികളും പടർന്നു പന്തലിച്ച ദേശത്തുനിന്നും ആത്മാക്കൾ അപ്പോഴേക്കും ശരീരക്കൂട് വിട്ടുപോയിരുന്നു. അവരുടെ അസ്ഥികളുടെ മേൽ പർപ്പിടകപ്പുല്ല് വളർന്നു കയറിയിരുന്നു. ദേശത്തിന്റെ കഥക്ക് ഒരു നൂറ്റാണ്ടോളം പഴക്കമുണ്ട്.

ഇന്ത്യക്ക് സ്വാതന്ത്ര്യം കിട്ടുന്നതിന് മുൻപുതന്നെ ആയിരത്തി തൊള്ളായിരത്തിനോടനുബന്ധിച്ചു മധ്യ തിരിവിതാം കൂറിൽ നിന്നും

ശക്തമായ കുടിയേറ്റമുണ്ടായി....

കുറച്ച് റാവുത്തർമാരും, ക്രിസ്ത്യാനികളും നായന്മാരും കാട്ടുവെട്ടി കൃഷിയിറക്കി. അതിനും മുൻപ് സർ സി പി തീറെഴുതിക്കൊടുത്ത ഒരു വലിയ റബ്ബർ എസ്റ്റേറ്റിലെ പണിക്കാരായി കുറച്ച് പേര് വേറെയുമെത്തി അങ്ങനെയാണ് പരമ്പരകൾ ഉണ്ടായത് ....

ദേശത്തെ ഇന്ത്യാ റിപ്പബ്ലിക്കിനോട് ചേർത്തപ്പോൾ ആ മണ്ണിൽ കമ്മ്യൂണിസം വന്നു....

കൂലി ചോദിച്ചപ്പോൾ ജന്മി കാർക്കിച്ചൊരു തുപ്പു തുപ്പ് തുപ്പി. മുറ്റത്തെ മണ്ണ് ചുവന്നു.

'എറങ്ങിപ്പോടാ പൊലയാടി മക്കളെ'

പിന്നെ നിന്നില്ല അവർ ഇറങ്ങി നടന്നു. ഇടവഴി തിരിഞ്ഞു നടന്നപ്പോൾ ജാഥ കണ്ടു. കയ്യിൽ ചെങ്കൊടി, കരിമനും കൊച്ചമ്പുവുമുണ്ട്. വല്ലാത്തൊരു സ്വാതന്ത്ര്യ ബോധം പെരുവിരലിൽ നിന്നും തലച്ചോറിലേക്ക് ഇരച്ച് കയറി, കൂടെക്കൂടി ഏമാന്റെ പറമ്പും കണ്ടവും കടന്ന് ജാഥ മുന്നോട്ടു നടന്നുതൊള്ളപൊട്ടുമാറു ഉറക്കെ അലറി വിളിച്ചു.

'ഇങ്കിലാബ് സിന്ദാബാദ്'

അങ്ങനെയാണ് ചുവന്ന കൊടി പാറിയത്.

ചേക്കുട്ടിയും കൃഷ്ണനും ജനിക്കും മുന്നേയുള്ള കഥയാണത് ചേക്കുട്ടിയും, മുഹമ്മദും ബാല്യവും കൌമാരവും പിന്നിടുമ്പോൾ ലോകം വല്ലാതെ മാറിയിരുന്നു. ചൈന ഇന്ത്യയെ ആക്രമിച്ചു. ഇന്ത്യ യുദ്ധത്തിൽ തോറ്റു. മനുഷ്യൻ ചന്ദ്രനിൽ കാല്കുത്തിയെന്ന് വാർത്തവന്നു. ചില വീടുകളിൽ യൂണിയൻ കാർബേഡിന്റെ ബാറ്ററികൾ കൊണ്ടുള്ള റേഡിയോകൾ പ്രവർത്തിച്ചു തുടങ്ങി.. ആയിരത്തി തൊള്ളായിരത്തി തൊണ്ണൂറ് ജനുവരി പതിനേഴാം തീയതി നാട്ടിൽ ഇലക്ട്രിസിറ്റി വന്നു. അതിനും രണ്ടു വർഷം കഴിഞ്ഞ് സർക്കാർ ഒരു ജല ശുദ്ധീകരണ കേന്ദ്രം കൂടി സ്ഥാപിച്ചു പണ്ട് ആനയെ പേടിച്ച് കൊപ്പം കോരിയ സ്ഥലത്ത് ജലയന്ത്രങ്ങൾ മണിക്കൂർ ഇടവിട്ട് മുരണ്ടു തുടങ്ങി.

അതിനും മുൻപ് ജയ പ്രകാശ് നാരായണൻ ജയിലിലായതുംഅടിയന്താരാവസ്ഥ പ്രഖ്യാപിച്ചതുമടക്കം പല വാർത്തകളും കൃഷ്ണന്റെ പീടിക മുറിയിൽ ജനയുഗത്തിൽ വന്നുകൊണ്ടിരുന്നു...

ലോകം മാറുമ്പോഴും നാട് അതിന്റെ അടിവേരുകൾ ആഴ്ത്തിയത് ജീവിതം പിടിച്ചാണ്...

പെട്രോൾ മാക്സിന്റെ വെളിച്ചത്തിൽ ആയിരത്തി തൊള്ളായിരത്തി എഴുപത്തി അഞ്ചിലെ ഒരു ദിവസം വയലിൽ തവള പിടിക്കാൻ ചേക്കുട്ടിക്കൊപ്പം പോയ മാധവൻ എന്ന ചെറുമൻ വയലിൽ മരിച്ചതിനു ശേഷമാണ് ചേക്കുട്ടി ചെത്തുകാരൻ ചേക്കുട്ടിയായത്...

മാധവന്റെ പ്രേതത്തെ പിന്നീട് പലരും കണ്ടതായി രേഖപ്പെടുത്തിയിട്ടുണ്ട്... രക്ത സമ്മർദം കൊണ്ട് തലയിലെ ഞരമ്പ് പൊട്ടിയോ, ഹൃദയംപൊട്ടിയോ ആണ് മാധവൻ മരിച്ചത്. പക്ഷെവൈദ്യയും ചേക്കിന്റെ പരുക്കളെ ചികിത്സിക്കുന്ന കൊച്ചു പെണ്ണ് അതോടെ അനാഥമാവുകയാണ് ചെയ്തത്. ചേക്ക് മാധവനെ കൊന്നതാണോ എന്നുകൂടി പലരും സംശയിച്ചു...

മാധവൻ ചെയ്ത പണി ചേക്കുട്ടി ഏറ്റെടുത്തു..... തെങ്ങ് ചെത്തി കള്ളെടുത്ത് ചേക്കുട്ടി നാട്ടിലെ പുരുഷന്മാരെ ലഹരിയിലാഴ്ത്തി ആയിരത്തി തൊള്ളായിരത്തി എൺപത്തി എട്ടിൽ.... നാട്ടിലെ പെണ്ണുങ്ങൾ പിക്കറ്റിങ്ങ് നടത്തി. ഷാപ്പ് പൂട്ടുംവരെ ലഹരി ദേവത തെങ്ങിൻ തലപ്പുകളിൽ നിന്നുംദേശത്തെ അനുഗ്രഹിച്ചിരുന്നു. ചേക്കുട്ടി ഒരു മിത്തായി മാറുന്നതിനും മുൻപ് അയാളെ തിരിച്ചറിഞ്ഞവർ ആരെങ്കിലും ഉണ്ടോയെന്നു സംശയമാണ്.

ഒരു കാര്യം ഉറപ്പാണ്. കിഴക്കാം തൂക്കായ ഒരു പാറയുടെ വിടവിലൂടെ താഴേക്ക് അതിന്റെ ഉള്ളിലെ വിശാലമായ പള്ളയിലേക്ക് കേറിപ്പോയ ചേക്കുട്ടിച്ചായനെ നാട്ടിലാരും ഇപ്പോഴും മറന്നിട്ടില്ല...

...തെങ്ങുകളുടെ മുകളിൽ നിന്നും കുടവുമായി മറ്റൊന്നിലേക്ക് അപഥ സഞ്ചാരം നടത്തിയിരുന്നപ്പോഴൊക്കെ അയാൾക്ക് ദേശത്തെയും മറ്റാർക്കും അറിയാത്ത ദേശ രഹസ്യങ്ങളെപ്പറ്റിയുംഅറിവുണ്ടായിരുന്നു. രഹസ്യങ്ങളുടെ കെട്ടുകൾ പുളിച്ച നാറിയകള്ളുമോന്തി നടക്കുമ്പോഴും അയാളുടെ വായിൽ നിന്നും പുറത്തു വന്നിരുന്നില്ല. സ്വകാര്യമായും പരസ്യമായും പലരുംപലരെയും പറ്റി ചേക്കുട്ടിച്ചായനിൽനിന്നും അറിയാൻ ആഗ്രഹിച്ച പലതും ഒരു തിരോധാനം കൊണ്ട് അപൂർണമായിമാറുകയാണ് ഉണ്ടായത്... ഭോഗിച്ചവരോ ഭോഗിക്കപ്പെട്ടവരോ ഒരിക്കലും രഹസ്യങ്ങളെ വെളിവാക്കാറില്ല.

ചേക്കുട്ടിയുടെയോ വറീതിനറെ മകൻ മുഹമ്മദിൽ നിന്നോ ഉണ്ടായ ചെറുപ്പക്കാരനെ കഴിഞ്ഞ ദിവസം കഞ്ചാവ് കേസിൽ പ്പെട്ട് പോലീസ് പിടിച്ചു കൊണ്ടുപോയി.

'ചെറുക്കന് പത്തിരുപതു വയസ്സേ വരൂ. പോലീസ് സ്റ്റേഷനിൽ എസ് ഐ ഇവന്റെ തന്ത ആരെന്നു ചോദിച്ചപ്പോൾ അവന്റെതള്ള എസ് ഐ ക്ക് പറഞ്ഞുകൊടുത്ത ആ രഹസ്യം ദേശകാല ചരിത്ര ത്തിലെ ഒരെടായിരുന്നു. ഏതോ ദൂര ദേശത്തുനിന്നും വന്ന എസ് ഐ അതുകേട്ട മറന്നെങ്കിലും... ചെറുക്കനെ ഇറക്കാൻ വന്ന നാട്ടുകാരിൽ ആരോ ചിലർക്ക് ഇത് ചോർന്നു കിട്ടി..

തൊടലിയും കമ്മ്യൂണിസ്റ്റ് പച്ചയും വളർന്നു കയറി പൊന്തപിടിച്ച ഇടവഴിയിൽ അയാൾ ചിലപ്പോഴൊക്കെ കുന്തിച്ചിരിക്കുമായിരുന്നു. കറുത്ത അയാളുടെ മുതുകിൽ വന്നു പറ്റുന്ന പ്രാണികളെ വിരലുകൊണ്ട് പിടിച്ചു ഞെരിച്ച് ആനന്ദം കണ്ടെത്തുന്ന കുട്ടിക്കാലം തൊട്ടുള്ള ശീലം അപ്പോഴും ചേക്കിന്റെ ഉള്ളിൽ ബാക്കിയുണ്ടായിരുന്നു....

വറീത് ചായപ്പീടിക തുടങ്ങിയതുമുതൽ ചേക്ക് കള്ളുചെത്തിവ ന്നാലുടനെ ഇല പറിക്കാൻ ഇറങ്ങും... ഇടവഴിയിലും, നാട്ടിലെപല വീട്ടുകളുടെ പറമ്പുകളിൽ നിന്നും അയാൾ വട്ടയിലകൾശേഖരിക്കും..... മറ്റാർക്കും അറിയാത്ത ദേശ ഭൂപടം കൈമുതലായുണ്ടായതുകൊ ണ്ടാകണം അയാൾ തെന്നിയും തെറിച്ചുംഒരു പ്രാന്തൻ വെട്ടിലിനെ പോലെയും കരിമ്പൻ ചേരയെപ്പോലെയും തൊടികളുടെ വിസ്തൃതിക ളിലേക്ക് ഇറങ്ങിപ്പോയിരുന്നു....

ബ്രസീലിൽ സോക്രടീസ്സ് കാൽപന്തു തട്ടുന്ന കാലമായിരുന്നുചുരു ണ്ട മുടിയും തടിച്ച ചുണ്ടുകളും ഉയരവും ദൃഢമായ പേശികളും അയാൾ സോക്രട്ടീസിനെ അനുസ്മരിപ്പിച്ചു.

ദേശത്തെ അടുക്കളകളുടെ ഉള്ളിൽ വറുത്ത കടുകും മുളകുംശബ്ദി ക്കുന്ന ഉച്ചനേരങ്ങളിൽ പെണ്ണുങ്ങൾ ജനാലകളുടെ ഉള്ളിൽഗർഭം ധരിച്ചിരുന്ന ഇരുട്ടിൽ നിന്നും അയാളെ തുറിച്ചു നോക്കിയിരുന്നു.

അയാളുടെ കറുത്തിരുണ്ട ചുരുണ്ട മുടിയും.. ഉയർന്ന കവിളെല്ലു കളും ആ നാട്ടിലെ മറ്റു പുരുഷന്മാരേക്കാൾ ആകർഷകമായിരുന്നു കവലയിൽ ലോകകപ്പിൽ ബ്രസീലിയൻ ഫുട്ബോൾഇതിഹാസം സോക്രട്ടീസിന്റെ ചിത്രം വരക്കുന്നവർ ചിലപ്പോഴെങ്കിലും ചേക്കിനെ മാതൃകയാക്കിയിരുന്നു.

അയാളുടെ ഞരമ്പുകൾ വലിഞ്ഞു മുറുകുകയും കണ്ണുകൾക്ക് ചുറ്റും ചെറിയ മടക്കുകൾ ഉണ്ടാകുകയും ചെയ്യുമ്പോൾ അത് ആരുടെയൊക്കെയോ അടിവയറ്റിൽ മിന്നലുകൾ തീയുണ്ടാക്കി.. ആ തീയാണ് പിൽക്കാലത്ത് പുകഞ്ഞു പുകഞ്ഞ് അയാളെയും നീറ്റിയത്... വറീത് മരിച്ചതിൽ പിന്നെ മക്കളാരും ചായക്കടനടത്താൻ ഇറങ്ങിയില്ല...

കുവൈറ്റിനെ ഇറാഖ് ആക്രമിക്കും മുൻപുതന്നെ അവർ കടൽ കടന്നിരുന്നു....

വറീതിന്റെ രണ്ടുമക്കളിൽ മുഹമ്മദ് നാട്ടിൽ ജീവിച്ച കാലം മുഴുവൻ താന്തോന്നിയായിത്തന്നെ കഴിഞ്ഞിരുന്നു. അയാൾക്ക് കള്ളുകൊടുക്കുക ചേക്കുട്ടിയാണെന്ന് കരുതി വറീത് ഒരു ദിവസം ചേക്കുട്ടിയുടെ മേൽ അപ്പോൾ അടിച്ചു കൊണ്ടിരുന്ന ചായ അപ്പാടെ ഒഴിച്ചു. അപമാനിതനായ ചേക്കുട്ടി അന്നുതന്നെ മുഹമ്മദിനെ തല്ലി... ചുണ്ടു പൊട്ടിച്ച് ചോരയോഴുക്കി. അതോടുകൂടി വറീതിന്റെ കടയിലെ പൊറുതി അവസാനിപ്പിച്ച് ചേക്കുട്ടി... കൃഷ്ണന്റെ പീടിക മുറിയിലേക്ക് മാറി....

കൃഷ്ണനും മരിക്കും വരെ ഒറ്റക്കായിരുന്നു. ഒരു ചെറിയ പീടിക മുറിയിൽ ബീഡി തെറുത്ത് ജീവിക്കുകയായിരുന്നു കൃഷ്ണൻ. ഈ കൃഷ്ണനെയാണ് അടിയന്തരാവസ്ഥ സമയത്ത് പുലിക്കോടന്റെ പോലീസ് പിടിച്ചുകൊണ്ടുപോകുകയും തല്ലി എല്ലോടിക്കുകയും ചെയ്തത്. ഇന്ദിരാ ഗാന്ധി മരിച്ചപ്പോൾ ആ പഴയ ദേഷ്യം കൊണ്ടാണോ എന്നറിയില്ല, അന്ന് അയാൾ ഒരുപാട് മദ്യപിച്ചു. രാത്രി കവലയിൽ അഴിഞ്ഞാടി

കോൺഗ്രസ്സുകാർ ആരൊക്കെയോ അന്ന് കൃഷ്ണനെ തല്ലിയെന്നാണ് അറിവ്..

ഇന്ദിര മരിച്ചു പതിനാറിനു മുൻപേ കൃഷ്ണനും മരിച്ചു.കൃഷ്ണനെ അടക്കിയത് വറീതിന്റെ ചായക്കടക്കും പിന്നിലെ പറമ്പിലാണ്....

അറിയപ്പെടാത്ത ആ പഴയ നക്സൽ ബാരിയുടെ കുഴിമാടംനിറയെ കാട്ടുവളർന്നു കയറി. കൃഷ്ണ കിരീടചെടികൾ വളർന്നുപന്തലിച്ച് ഇപ്പോൾ അതൊരു പൊന്തയായിരിക്കുന്നു...

പെരുച്ചാഴികളും ചിലപ്പോൾ കാടിറങ്ങി വരുന്ന കാട്ടു പന്നികളും അതിനുള്ളിൽ സുഖമായി കഴിയുന്നു...

ചേക്കുട്ടി തല്ലിയതിനുശേഷം മുഹമ്മദ് അക്കൊല്ലം തന്നെ പേർഷ്യക്കു പോയി,.... പിന്നേതോ കേസിൽ പെട്ട് അകത്തായി. അഞ്ചെട്ടു കൊല്ലം വിവരങ്ങൾ ഒന്നുമുണ്ടായില്ല ....

പിന്നെ ഒരിക്കൽ നാട്ടിൽ വന്നു....

പഴയ മുഹമ്മദല്ല അന്നുവന്നത് അയാൾ ആകെ മാറിയിരിക്കുന്നു... പഴയ വൈരാഗ്യമെല്ലാം മറന്ന് ചേക്കുട്ടിയും മുഹമ്മദും നല്ല ചേർച്ച യിലെത്തിയിരുന്നു.......

മുഹമ്മദു കൊടുത്ത അറബി സെന്റും ടൈഗർ ബാമും ചേക്കുട്ടി ഭദ്രമായി സൂക്ഷിച്ചു. മുഹമ്മദ് കാണിച്ച സ്നേഹത്തിൽ അപ്പോൾ ചെത്തിയെടുത്ത കള്ളുതന്നെ കൊടുത്ത് ചേക്കുട്ടി നന്ദി കാണിച്ചു.......

എന്നാൽ മുഹമ്മദിനു വേണ്ടിയിരുന്നത് കള്ളായിരുന്നില്ല....

അതുകുറെ രഹസ്യങ്ങളായിരുന്നു. ചേക്കുട്ടിയുടെ രഹസ്യ സമാ ഗമങ്ങൾ അയാളെ കൊതിപ്പിച്ചിരുന്നു മാധവന്റെ മോൾ. ചേക്ക് അതൊരിക്കലും ആരോടും വെളിപ്പെടുത്തിയിരുന്നില്ല. ദേശം ഒളി പ്പിച്ച കുറെയധികം രഹസ്യങ്ങൾ മുഹമ്മദിനെ ഇക്കിളിപ്പെടുത്താൻ തുടങ്ങിയിട്ട് കാലങ്ങളേറെയായിരുന്നു....

നാട്ടിന്റെ മണം വിട്ട് അറബികളുടെ പാണ്ടിക ശാലയിൽ പണിയെടുക്കും ബോഴോക്കെയും അയാളുടെ ഉള്ളിൽ നാടായിരുന്നു എന്തൊക്കെയോ ഉള്ളിൽ മുള പൊട്ടാൻ തുടങ്ങിയിരുന്നു....

വികാരം കൊണ്ടും വിചാരം കൊണ്ടും അരിഷ്ടിച്ചു ജീവിച്ച് കപ്പലു കയറി വന്നത് വെറുതെയാവില്ല... ചേക്കുട്ടിക്ക് പറ്റുന്നത് ചിലതുണ്ടെ ന്നു അയാൾക്കറിയാമായിരുന്നു .....

മാധവന്റെ മോള്
വയലിൽ ചത്ത മാധവന്റെ വൈദ്യക്കാരി മോള്
മമ്മദേ,,
നിന്റെ കളി നടക്കൂല കേട്ടാ ..
ജീവൻ പോണ പണിയാണ്
മാനവും പോകും
ജീവിക്കാൻ പറ്റത്തില്ല ..
അയാൾ മുഹമ്മദിനെ പലതവണ വിലക്കിയതാണ് .....

അയാൾക്ക് അവളോടുണ്ടായിരുന്ന ഇഷ്ടം മുഹമ്മദിന് അറിവില്ലാത്തതാണ്...

അറിവുണ്ടായെങ്കിൽ തന്നെ

അയാള് ആഗ്രഹിച്ച പോയതാണ്.....

മുഹമ്മദിന്റെ പെണ്ണുങ്ങളോടുള്ള പുതിയ താൽപര്യം ചേക്കുട്ടിയെ ചെറുതായൊന്നുമല്ല അത്ഭുതപ്പെടുത്തിയത്.

നാട്ടിൽ ഉണ്ടായിരുന്നപ്പോള് അയാളെ ഒന്ന് നോക്കാൻ പോലുംഒരു പെണ്ണും തയ്യാറായില്ലെങ്കിലെന്തു, ഇപ്പോൾ മുഹമ്മദിൻ പ്രേമിക്കാനും സല്ലപിക്കാനും നാട്ടിൽ തന്നെ ധാരാളം പേരുണ്ടായിരിക്കുന്നു...

ഒരു ദിവസം രാത്രി മുഹമ്മദ് വിളിച്ചിട്ടാണ് പാടവും ഇടവഴിയും കടന്ന് കൂട്ടുപോയത്. ഇരുട്ടിൽ തപ്പിത്തടഞ്ഞ് വീടെത്തി

മാധവന്റെ വീട്

തുടയിൽ പരുവാണ്

പൊട്ടി ഒലിക്കുന്നു.

ഏന്തി വലിയുമ്പോഴും മുഹമ്മദിന്റെ മുഖത്തെ സന്തോഷം

ചേക്കുട്ടി ശ്രദ്ധിച്ചിരുന്നു.

പെണ്ണിന് ഗർഭം ആണെന്നറിഞ്ഞു അവളുടെ തള്ള അലറി കരഞ്ഞു.

"പതിനെട്ടു തികഞ്ഞില്ല

'ഒരുംബെട്ടോൾ.....'

തൊലച്ചല്ലോ ഭഗവതീ"

പ്രസവം അലസിപ്പിക്കാൻ അവർ ചെയ്യാത്ത നേർച്ചകളില്ല.....

പെണ്ണ്, ചേക്കുട്ടിയാണ് കൊച്ചിന്റെ തന്ത എന്ന് പറയും വരെ ചേക്കുട്ടി പോലും അങ്ങനെയൊന്ന് ചിന്തിച്ചുകൂടിയില്ല, ..

പെണ്ണിനെ പിഴപ്പിച്ച ചേക്കുട്ടിയെ ആണുങ്ങൾ തല്ലി...

അതുവരെ അവനോടുള്ള മുഴുവൻ അസൂയയും തീർക്കാൻ അവർക്ക് കഴിഞ്ഞു.. മുള വടികൊണ്ട് കാലിന്റെ പാദം അടിച്ചു നീരുവരുത്തി.. വറീതിന്റെ ചായക്കടയുടെ മുന്നിലെ മര ബഞ്ചിൽ അയാളെ ആരൊക്കെയോ കൊണ്ടുക്കിടത്തി... ലോഹ്യത്തിൽ അല്ലായിരുന്നെങ്കിലും മാപ്പിള വായിൽ വെള്ളമിറ്റിച്ചു...

"ചേക്കേ..... നിനക്കിതു വേണാരുന്നോ
'ചെറിയ പെണ്ണ്
തൊലച്ചില്ലേ......."

അടുക്കളകളിൽ ഗർഭം ധരിച്ച നിന്ന പെണ്ണങ്ങൾ അയാളെ വെറുത്തു സോക്രട്ടീസിനെ കാണമ്പോൾ അസൂയ വെറുപ്പായിഉള്ളിൽ ഞെരിഞ്ഞു....

അവർക്ക് അവളോടും അസൂയ തോന്നി...'
അവളെപ്പറ്റി പരദൂഷണം പറയാൻ മത്സരിച്ചു......
കർക്കിടകത്തിൽ പെണ്ണ് പെറ്റു....

തുലഞ്ഞ ഒരു മാസത്തിൽ ഒരാണ് കുട്ടിയായിരുന്ന അത്.... മുഹമ്മദ് പോയിട്ട് ആറേഴ മാസം കഴിഞ്ഞിരുന്ന ....

ചേക്കുട്ടിക്ക് കള്ളുചെത്താൻ തെങ്ങ് കൊടുക്കാൻ ആണങ്ങൾ ഒന്നും തയ്യാറായില്ല. ചെത്ത് പണി നിർത്തി കൃഷ്ണന്റെകൂടെ ബീഡി തെറുക്കാൻ കൂടി.... സംഭവത്തിനശേഷം ചേക്കുട്ടിആരോടും മിണ്ടിയിട്ടില്ല. അങ്ങനെ തുറന്നു പറയാൻഅയാൾക്ക് ആരുമുണ്ടായിരുന്നില്ല....

ഉണ്ടായിരുന്ന ഒരു സഹോദരി മുന്നേ മലമ്പനി വന്നു മരിച്ചു... വീട് പൊളിഞ്ഞു മറിഞ്ഞുപോയതുകൊണ്ട് ഒരു ചായ്പിലായിരുന്നു അയാൾ ഉറങ്ങിയിരുന്നത്. എന്നിട്ടും കൃഷ്ണൻ അയാളോട് ഇടക്കൊക്കെ ചോദിച്ചിരുന്നുഎടാ കൊച്ചിനെ കാണാൻ പോണില്ലേ?

നീ എന്ത് തന്തയാനെടാ....
അതിനൊന്നും ഒരു മറുപടിയും ചേക്കുട്ടി പറഞ്ഞില്ല....

അവളെ കാണാനും അയാൾ പോയില്ല. എങ്കിലും അയാൾ എന്തൊക്കെയോ കണക്കു കൂട്ടിയിരുന്നു...

ഒരു ദിവസം കവലയിൽ വച്ച് ചേക്കുട്ടി തള്ളയെയുംകൊച്ചിനെയും കണ്ടു. അവൾ അയാളുടെ നേരെ മുഖം തിരിക്കാൻ പ്രയസ്സപ്പെട്ടു.... ചുരുണ്ട മുടിയുള്ള കുട്ടി അവളുടെ പിന്നിലേക്ക് ചാഞ്ഞു കിടന്നിരുന്നു. താന്നി മരങ്ങളുടെ കീഴെ അയാൾക്ക് നാശം വരാൻ അവളുടെ തള്ള കെട്ടിയ ഉറുക്കുകൾ പോലും അന്നേരം ചേക്കുട്ടിയുടെ ജ്വലിച്ച കണ്ണുകളുടെ മുന്നിൽ ഉരുകി പോയിരിക്കാം....

അയാൾ ജ്വലിച്ച കൊണ്ട് കുന്നു കയറി...

പാറയിടുക്കിൽ നിന്നും വാറ്റിയ കോട കുടിച്ച മദം വരുത്തി..... അയാളുടെ ചുരുണ്ട മുടി കാറ്റിൽ പറക്കുകയും ചുണ്ടുകൾ ചുവന്നു തടിക്കുകയും ചെയ്തപ്പോൾ ബലിഷ്ടനായഒരു മദയാനായാണ് തന്റെ മുന്നിൽ നിൽക്കുന്നതെന്ന് കൃഷ്ണൻ തോന്നി.

"ഒന്നടങ്ങ് ചേക്കേ....."

അയാൾ ചേക്കുട്ടിയെ അടക്കിയിരുത്തി

"നാൾ കൊറേ ആയി ..."

"നീ ഒന്നും പറയത്തില്ല ചേക്കേ ...

നീ അല്ലേ കൊച്ചിന്റെ തന്ത

അവളെ പ്രാപിച്ചത് നീ അല്ലേ......"

പതുക്കെ ചേക്കുട്ടിയുടെ ദേഷ്യം ഇല്ലാതാകുകയായിരുന്നു

അയാൾ പലതും ആലോചിച്ചു അന്ന് രാത്രി മുഹമ്മദുംതാനും പനയോല കൊണ്ട് മറച്ച അവളുടെ വീട്ടിൽ പോയത്...ഇരുട്ടിൽ അവളുടെ വീടിന്റെ പിന്നാമ്പുറത്തെ പാറയിൽ മലർന്നുകിടന്ന് ആകാശം കണ്ടത് തൊടലിയും മുളക്കീറും കൊണ്ടുണ്ടാക്കിയ വേലി ചാടി മമ്മദ് ഓടിയതും ഓർക്കുന്നുണ്ട്

അവൾ പാറയിലേക്ക് വിളക്ക് പൊക്കി നോക്കി.

ചേക്കേ....

പെണ്ണ് വിളിച്ചപ്പോൾ താഴേക്കിറങ്ങിത്..

പേടിച്ച് കണ്ണുകൾ നിറച്ച് അവൾ നോക്കിത്, തല താഴ്ത്തി കൈത പ്പൊക്കം ചാടാൻ ചേക്കുട്ടി ഒരുങ്ങിയതാണ്. അയാളുടെ കണ്ണുകൾ ചുവന്നിരുന്നു. അവൾ അയാളുടെ കൈപിടിച്ച്, വിയർത്ത് ഒട്ടിയ നെഞ്ചിലേക്ക് പെട്ടന്ന് ചാഞ്ഞത്.... ശരിക്കും അങ്ങനെ സംഭവിച്ചി രുന്നോ എന്ന് ഉറപ്പ പറയാൻസാധിക്കില്ല. അതൊരു തോന്നലായി രുന്നോ ? അതുവരെ അന്തർ ഗർഭസ്ഥരായ ആർക്കും സാധിക്കാത്ത ഒന്നിനെ അവൾ നേടിയത്. പിന്നെ എന്താണ് ഉണ്ടായത് അയാൾ എത്ര ഓർത്തിട്ടും പിടികിട്ടുന്നില്ല....

അത് തന്റെ കൊച്ചാണോ

അതിന് അവിടെ ഒന്നും നടന്നിട്ടില്ലല്ലോ

അവളുടെ മാറിന് അറബി സെന്റിന്റെ മണമായിരുന്നോ

താൻ അവളെ തൊട്ടിട്ടുണ്ടായിരുന്നോ....

അങ്ങനെ നൂറായിരം ചോദ്യങ്ങൾക്ക് മുന്നിൽ ചേക്കുട്ടി വീണ്ടുപോയി കുളക്കരയിൽ അന്ന് പകൽ മുഴുവൻ അയാൾ ഒറ്റക്കിരുന്നു.... ഒരു നീർക്കോലിയെ കല്ലെറിഞ്ഞു കൊന്ന് ഈർക്കിലിൽ ത്തൂകി കുളക്കരയിൽ കുത്തി നിർത്തി. കുളിക്കാൻ വരുന്ന ഏതെങ്കിലും പെണ്ണുങ്ങൾ പ്രാകുന്നത് കേൾക്കാൻ ചേക്കുട്ടിക്ക് ഇഷ്ടമായിരുന്നു.... അയാൾ കുളത്തിനുള്ളിൽ മുങ്ങാം കുഴിയിട്ട് അടിയിൽ പോയിരുന്ന് രഹസ്യങ്ങൾ പെറുക്കിയെടുത്തു .....

കൊച്ചിനെ കൈതപ്പടർപ്പുകളുടെ ഇടയിലൂടെ ചേക്കുട്ടി ഒരിക്കൽ വ്യക്തമായി കണ്ടു. വെളുത്ത് ചുരുണ്ട മുടിയുള്ള സുന്ദരനായ കുട്ടി....

പെണ്ണ് പറയുന്നത് ശരിയാണോ

തന്റെ കൊച്ചു തന്നെയാണോ അത് ....

ഒരുദിവസം ഇടവഴിയിൽ വച്ച് അവളെ ഒറ്റക്ക് കിട്ടിയപ്പോൾ ചേക്ക് അവളുടെ കയ്യിൽ ഒരു പൊതി വച്ച് കൊടുത്തു. ഉള്ളിൽ എന്തെന്ന് നോക്കാതെ അവളത് കുറ്റിക്കാട്ടിൽ എറിഞ്ഞു കളഞ്ഞു.. അന്നേരം ചേക്ക് മണത്തത് അറബി സെന്റിന്റെ ഗന്ധമായിരുന്നു.....

മുഹമ്മദ് അത്തവണ വന്നിട്ട് അധികം പുറത്തിറങ്ങിയില്ല. ചേക്കിനെ കാണാതിരിക്കാൻ അയാൾ ശ്രദ്ധിച്ചു... ഇടവഴിയിലും മരങ്ങളുടെ മറവിലും അയാൾ ഉണ്ടാകുമെന്ന് മുഹമ്മദ് ഭയപ്പെട്ടു,.... പെണ്ണിന് അയാൾ പലതും രഹസ്യമായി കൊടുത്തു, സോപ്പും കുട്ടിക്ക് ചെറിയ ഉടുപ്പുകളും....

പല കൈമറിഞ്ഞ് അതൊക്കെ മുള വേലി കടക്കുമ്പോഴും ചേക്ക് അത് തന്റെ കുട്ടിയാണെന്ന് ഉറപ്പിച്ചു കഴിഞ്ഞിരുന്നു...

കൃഷ്ണനെ പോലീസ് അന്വേഷിച്ചു വരാൻ തുടങ്ങി നക്സൽ ബാരിയിൽ ഉണ്ടായിരുന്ന ചിലർ കൃഷ്ണനെ ഒറ്റിക്കൊടുത്തു... ആ വർഷം മാർച്ചിൽ കൃഷ്ണനെ പോലീസുകാർ പിടിച്ചു കൊണ്ടുപോയി.....

"പെണ്ണിനെ പിഴപ്പിച്ചിട്ട് അവളെ കൂടെ കഴിപ്പിക്കുന്നതാണ് ആണത്തം."

ഇടക്കിടക്ക് കൃഷ്ണന് പറയാറുണ്ടായിരുന്നത് അയാൾ ഓർത്തു. അന്നേ ദിവസം രാത്രി അയാൾ അവളുടെ വീട്ടിൽ പോയി.... കൈത ചാടിക്കടക്കാതെ വേലി മാറ്റി ചെന്ന് വാതിലിൽമുട്ടി... കുറേ കൊട്ടിയതിനു ശേഷം വാതിൽ തുറന്നു.

മുഹമ്മദ് കുട്ടിയെ മാറോട്ടു ചേർത്ത് ഇരിക്കുകയാണ്.. മങ്ങിയ വെളിച്ചത്തിൽ അയാളുടെ കണ്ണുകൾ താഴ്ന്നിരുന്നു

അവൾ ചേക്കുട്ടിയുടെ കാലിൽ ഇരന്നു....

അയാൾ അതിവേഗം ഇറങ്ങിപ്പോയി...

കണ്ണുകൾ കലങ്ങിയിരുന്നു...

അയാൾക്ക് മാത്രമറിയാവുന്ന ദേശത്തിന്റെ ഭൂപടത്തിലൂടെ അയാൾ ഇറങ്ങി നടന്നു....

അയാൾക്ക് ഉറപ്പുണ്ടായിരുന്നു അത് തന്റെ കുട്ടിയായിരുന്നെന്ന്. രണ്ടുപേരുടെ ഭോഗം കൊണ്ട് ആരുടെ ജീവനാണ് അവളു ടെ വയറ്റിൽ നിക്ഷേപിക്കപ്പെട്ടതെന്ന്.

ആരറിയാൻ?

കാട്ടു ചെടിയുടെ മണമുള്ള അയാളുടെ മാറിനുള്ളിൽ ഹൃദയംപിടച്ചു...

അന്ന് ഇറാഖ് യുദ്ധത്തിൽ തോറ്റു.... ഇലക്ട്രിക്ക് പോസ്റ്റുകൾ കുന്നുകയറി... ഒരു ഫിയറ്റ് കാർ ആദ്യമായി നാട്ടിലേക്ക് വന്നു

വൈകുന്നേരം. ചേക്കുട്ടി കിഴക്കാം തൂക്കായ പാറയുടെ ചെരുവിലൂടെ ഉള്ളിലേക്കിറങ്ങി... അയാൾ പൊത്തിലിരുന്ന് ആദിയും അന്തവുമില്ലാത്ത നീലപ്പരപ്പിനെ നോക്കി പതുക്കെ കണ്ണുകൾ അടച്ചു.

പിറ്റേന്ന് ഉള്ളിൽ പോയ ആൾ മരിച്ചോ ജീവിച്ചോ എന്നറിയാതെ പലരും ഉള്ളിലേക്ക് വെളിച്ചം തെളിച്ചു ആരോ നീളത്തിലുള്ള ഒരു കമ്പ് അകത്തേക്ക് ഇറക്കി നോക്കി....

പെട്ടന്ന്

...നരിച്ചീറുകളും കടവാവലുകളും എത്തി നോക്കിയവരെ പുറത്തേക്ക് ഓടിച്ചു.

●

മഞ്ഞച്ചുവരുകൾക്കുള്ളിൽ ഒറ്റപ്പെട്ടു പോയ ഒരു ചിത്രം

ആർദ്ര വി.എസ്.

നാലുകാലിൽ നിവർന്നിരിക്കുന്ന മരക്കസേര, അതിനു മീതെ തികഞ്ഞ നിർവ്വികാരതയോടെ തൂങ്ങിയാടുന്ന വെളുത്ത കയറ്. നിറഞ്ഞുനിൽക്കുന്ന ഇരുട്ടിലൂടെ പരക്കാൻ തുടങ്ങുന്ന മഞ്ഞ വെളിച്ചം... കാണുന്നവരിൽ അനാവശ്യമായ, തീർത്തും അനാവശ്യമായ ഭയം സൃഷ്ടിക്കുന്നതാണ് പുതിയ ചിത്രം, കഴിഞ്ഞയാഴ്ച ടൗൺഹാളിൽ നടന്ന ചിത്രപ്രദർശനത്തിൽ നിന്നുമാണ് ഞാനത് വാങ്ങിയത്. എനിക്ക് പുറമെ കാഴ്ച്ചയിലും പെരുമാറ്റത്തിലും ഭ്രാന്തനെന്നു തോന്നിക്കുന്ന ഒരു മനുഷ്യൻ മാത്രമേ അതിന് മുൻപിൽ ഉണ്ടായിരുന്നുള്ളൂ എന്നോർത്ത് അന്ന് ഞാൻ അത്ഭുതപ്പെട്ടിരുന്നു.

ഏറെക്കാലമായി വൃത്തിയാക്കാത്തതിനാൽ സ്വതസിദ്ധമായ വെളുപ്പുനിറം നഷ്ടപ്പെട്ട എന്റെ ഭിത്തികൾക്ക് ഈ ചിത്രം നന്നായി ഇണങ്ങുന്നുണ്ട്. അതുകൊണ്ടു തന്നെയാണ്, വല്ലപ്പോഴും മാത്രം സന്ദർശനം നടത്തുന്ന സുഹൃത്തുക്കളും ബന്ധുക്കളും ദുശ്ശകുനമാണ് എടുത്ത് മാറ്റ് എന്നുപദേശിച്ചിട്ടും ഞാനതിനെ ഉമ്മറത്തു തന്നെ പ്രതിഷ്ഠിച്ചത്. മറ്റുള്ളവരിലെല്ലാം ഭയം നിറക്കുന്ന ചിത്രം എന്നെ മാത്രം വല്ലാതെ മോഹിപ്പിക്കുന്നു. ഈ ചിത്രമാണ് ഞാൻ മാത്രമുള്ള വീടിന്റെ അകത്തളങ്ങളിലും നിശ്ശബ്ദതയെ അൽപ്പമെങ്കിലും ഇല്ലാതാക്കുന്നത്.

പൂമുഖത്തെ പഴഞ്ചൻ ക്ലോക്ക്, സമയം ആരേയും കാത്തുനിൽക്കുന്നില്ലെന്ന് ഒരിക്കൽ കൂടി ഓർമ്മിപ്പിച്ചുകൊണ്ട് പന്ത്രണ്ടാം തവണയും മുഴങ്ങി. വെയിലിന്റെ ചൂടിൽ നിന്ന് ആശ്വാസം തേടി ഒരമ്പലപ്രാവ് ഇറയത്തെ വളയത്തിലിരിക്കുന്നുണ്ടായിരുന്നു. മേശപ്പുറത്ത് ജാനകി രാവിലെ കൊണ്ടുവെച്ച ചായയും പാലഹാരവും ആറിത്തണുത്തിരിക്കുന്നു. അവളിപ്പോൾ മറ്റേതെങ്കിലും വീടിന്റെ നിലം തുടച്ചുകൊണ്ടിരിക്കുകയായിരിക്കും. ചിത്രത്തിൽ നിന്നരിച്ചിറങ്ങുന്ന മഞ്ഞവെളിച്ചം എന്റെ അനുവാദമില്ലാതെ എന്റെ ചുവന്ന കണ്ണുകളെ മഞ്ഞളിപ്പിക്കുന്നു. ഞാൻ കണ്ണടച്ചു. ചുവപ്പിൽ മഞ്ഞ കലരുമ്പോഴുള്ള കുത്തിത്തുളക്കുന്ന ഓറഞ്ചുനിറം മുറുക്കിയടച്ച കണ്ണിൽ പടരുന്നത് എനിക്ക് കാണാം. ഞാൻ കണ്ണുപൊത്തി.

എനിക്കു ചുറ്റും ലോകം ഇപ്പോൾ നിശബ്ദമാണ്. എന്റെ ഹൃദയം മാത്രം താളം തെറ്റി മിടിച്ചുകൊണ്ടിരുന്നു. ഞാൻ കണ്ണു തുറന്നു. ഇരുട്ട്! ഒരു ചെറുവട്ടമായി പരക്കുന്ന മഞ്ഞവെളിച്ചം! 'ഇത് എന്റെ വീടല്ല.' ചെറിയ പരുങ്ങലോടേയും നേരിയ ആശ്വാസത്തോടെയും ഞാൻ തിരിച്ചറിഞ്ഞു. മഞ്ഞക്കറ പിടിച്ച എന്റെ ചുമരുകളോ ചിതല്വ തിന്ന മരത്തൂണുകളോ ഇവിടെയില്ല. പക്ഷേ ഇതിനു മുൻപെവിടേയോ ഞാനിവിടം കണ്ടിട്ടുണ്ട് എന്നെനിക്കുറപ്പാണ്. മരക്കസേരയിൽ നിന്ന് ഞാൻ പതിയെ എണ്ണീറ്റു. ഞാൻ നടക്കുന്നതിനൊപ്പം മഞ്ഞ വെളിച്ചം പരക്കുന്നുണ്ട്. മിനുസമുള്ള ഭിത്തികളിൽ കൈകളുരസിക്കൊണ്ട് ഞാൻ വീണ്ടും നടന്നു. ചുവന്ന കല്ലുപാകിയ തറയിൽ നിന്ന് ഇതുവരെ അനുഭവിച്ചിട്ടില്ലാത്ത കുളിർമ്മ എന്റെ കാൽപാദങ്ങളിലൂടെ മുകളിലേക്കോടിക്കയറി. പക്ഷേ എത്ര നടന്നിട്ടും ഒരു വാതിൽപോലും കാണുന്നില്ല. ഒരു മരക്കസേര മാത്രം അഹങ്കാരത്തോടെ ഞെളിഞ്ഞിരിക്കുന്ന ഈ മുറിക്ക് വാതിലുകളോ ജനലുകളോ ഇല്ലെന്ന സത്യം എന്നെ ഭയപ്പെടുത്താൻ തുടങ്ങിയിരിക്കുന്നു. മഞ്ഞവെളിച്ചം പതിയെ ചുവപ്പു പെയിന്റടിച്ച ചുമരിലേക്കു തിരിഞ്ഞു. നിറയെ ചിത്രങ്ങളുണ്ടായിരുന്നു അതിന്മേൽ! ചുമരിന്റെ ഇത്തിരി ചതുരത്തിൽ ഒന്നിന് മീതെ ഒന്നായി തൂങ്ങിക്കിടക്കുന്ന ചിത്രങ്ങളിൽ നിന്നും എന്റെ അമ്മയുടെ പുഞ്ചിരി ഞാൻ കണ്ടെടുത്തു.

പുഴക്കരയിലിരുന്ന് എന്റെ നിക്കറു തിരുമ്പുകയാണ് അമ്മ. കാലൊടിഞ്ഞ ബെഞ്ചിൽനിന്ന് ഞാൻ തുടച്ചെടുത്ത കറുത്ത ചെളി. സ്കൂളിലെ ഞാവൽമരത്തിൽ കയറി രാഗിണിട്ടീച്ചർ കാണാതെ

പൊട്ടിച്ചെടുത്ത് പോക്കറ്റിലിട്ട ഞാവൽപ്പഴത്തിന്റെ വയലറ്റ് ചാറ്, ഉച്ചയ്ക്ക് വിശന്നിരിക്കുമ്പോൾ ലക്ഷ്മിക്കുട്ടി തരുന്ന തേൻ നെല്ലിക്കയുടെ മധുരം അങ്ങിനെ ഓരോരോന്നോരോന്നായി മുറിയിൽ ട്രൗസറിൽ നിന്ന് കറുത്ത പുഴയിലേക്ക് ഊളിയിട്ടിറങ്ങി അലിഞ്ഞു ചേരുന്നത് എനിക്ക് കാണാം.

അടുത്തുള്ള ചിത്രം അച്ഛന്റേത്. വിപ്ലവകാരിയുടെ തിളക്കുന്ന കണ്ണുകളുമായി പിരിച്ചുവെച്ച മീശക്കുകീഴെ അച്ഛന്റെ കുസൃതിച്ചിരി. പണ്ട് അച്ഛന്റെ കൂടെ 'നിങ്ങളെന്നെ കമ്യൂണിസ്റ്റാക്കി' കാണാൻ പോയിട്ടുണ്ട്. അന്ന് അച്ഛന്റെ തഴമ്പിച്ച കൈകളിൽ മുറുക്കിപ്പിടിച്ചപ്പോൾ ഒരിക്കലും അനുഭവിച്ചിട്ടില്ലാത്ത സുരക്ഷിതത്വം ഞാനാസ്വദിച്ചിരുന്നു. ഞാൻ ചിത്രത്തിലേക്ക് തന്നെ നോക്കി. അച്ഛന്റെ കണ്ണിനുതാഴെ മുമ്പ് കണ്ടിട്ടില്ലാത്ത വലയങ്ങളിൽ നിസ്സാഹായത നീലിച്ചിരിക്കുന്നു. ഞാൻ പതിയെ എന്റെ കുഴിഞ്ഞ കണ്ണുകൾക്കടിയിൽ വിരലുകൊണ്ടുരസി. വിരലിൽ പുരണ്ട നീലനിറം മഞ്ഞവെളിച്ചത്തതിൽ കറുപ്പായി ഞാൻ കണ്ടു.

ഒരു കണ്ണാടിയന്വേഷിച്ച് തിരഞ്ഞപ്പോൾ മറ്റൊരു ചിത്രം എന്നെ നോക്കി കണ്ണിറുക്കി. ഞാൻ തിന്നു തീർത്ത മാങ്ങകൾ മാവുകളായി എനിക്കു നേരെ ചില്ലകൾ നീട്ടി വാതത്തിന്റെ ഉപദ്രവം കാരണം ശോഷിച്ചുപോയ കാലുകളെ ഓർത്ത് ചില്ലകളെ ഒന്ന് തലോടുക മാത്രം ചെയ്തു. "ഉണ്ടക്കണ്ണാ..... കൂയ്.... ഉണ്ടക്കണ്ണാ...." സുഹറ, ചീരു, പഞ്ചമി, ഖാദറ്, മത്തായി ജോയി..... എല്ലാരും മാവിന്റെ മുകളിലിരുന്ന് പഴുത്ത മാങ്ങ കാട്ടി കൊതിപ്പിക്കുകയാണ്. "ടാ കണ്ണാ... നിനക്ക് വേണോ? ന്നാ...." ഞാൻ നാവ് നീട്ടി. മാങ്ങയുടെ മഞ്ഞമധുരം എന്റെ സ്വാദുമുകുളങ്ങളെ മരവിപ്പിച്ചു. സർവ്വശക്തിയുമെടുത്ത് മാവിന്റെ മുകളിലേക്ക് വലിഞ്ഞ് കയറുമ്പോൾ മാമ്പഴക്കാലത്തും മാമ്പൂവിന്റെ മണം ഞാൻ ആഞ്ഞുവലിച്ചു മാവിന്റെ ഒത്ത നെറുകയിൽ ഞാൻ! ഞാൻ മാത്രം! എവിടെ അവരെല്ലാം? സുഹറാ, ജോയി, പഞ്ചമീ.... തൊണ്ട മുറിയും വരെ ഞാനലറി വിളിച്ചു. പക്ഷേ എന്റെ ശബ്ദം ഞാൻ പോലും കേൾക്കുന്നില്ലല്ലോ!

"കണ്ണാ ഇറങ്ങി വാടാ.. ഉമ്മച്ചി അനക്ക് തന്നയച്ചതാ.. ഇന്നവടെ വിരുന്ന് കാര്ണ്ടാര്ന്നു. എറങ്ങി വാ...." കുരുമുളകിട്ട് വരട്ടിയ ഇറച്ചിമണത്തിൽ മുങ്ങി ഞാൻ കാഴെയിറങ്ങി. സുഹറ

അലുമിനിയപ്പിഞ്ഞാണത്തിന്റെ മുകളിലെ വാഴയില മാറ്റി. മുഴുത്ത ഇറച്ചിക്കഷ്ണങ്ങൾ എനിക്കു ചുറ്റും വട്ടം കറങ്ങി. സുഹറ പൊട്ടിച്ചിരിക്കുകയാണ്. മുന്തിരിക്കു വേണ്ടി ചാടുന്ന കുറുക്കനെ പോലെ ഞാനാർത്തിയോടെ ഇറച്ചിക്കഷ്ണങ്ങൾക്കു നേരെ വായ തുറന്നു.

എന്റെ വായ ചുവന്നു. കരിഞ്ചുവപ്പ് നിറമുള്ള കൊഴുത്ത ദ്രാവകം ചൂടു മാറാത്ത ചോരയാണെന്ന് ഞാനറിഞ്ഞു. എന്റെ മുഖത്ത് ചോര ച്ചുവപ്പ് പടർന്നിറങ്ങി. എന്റെ കാൽച്ചുവട്ടിൽ ചിതറിക്കിടക്കുന്ന ഇറച്ചിക്കഷ്ണങ്ങളിൽ നിന്ന് ചോരയൊഴുകുന്നു. സുഹറയുടെ ചോര! ചുവപ്പ് ഇരുട്ടായി പരക്കുകയാണ്. ഞാൻ നന്നായി വിയർക്കുന്നുണ്ട്. ഇതാ വീണ്ടും ആ പഴയ മരക്കസേരയിൽ. എനിക്കു ചുറ്റും പടർന്ന ഇരുട്ടിനെ വകഞ്ഞുമാറ്റി മഞ്ഞ വെളിച്ചം സുഹറയുടെ ചോരപോലെ ഒലിച്ചിറങ്ങുന്നു. സുഹറയയുടെ ചോരയുണങ്ങിപ്പിടിച്ച വെള്ളത്തട്ടം എന്റെ മരവിച്ച കൈകളിൽ കിടന്ന് അവസാനമായി ഒന്നു കൂടി പിടഞ്ഞു. പിന്നെ ഊർന്ന് താഴെ വീണു. എന്റെ കണ്ണിൽ നിന്ന് ഞാൻ പോലുമറിയാതെ ചുവന്ന കണ്ണീര് കാൽപാദത്തിൽ വീണു തെറിച്ചു. ഞാൻ പിടഞ്ഞെണീറ്റു. എന്റെ ഭാവി! ഇതുവരെ ഞാനോർക്കുക പോലും ചെയ്യാത്ത എന്റെ ഭാവിയെ ഞാനിതാ തിരിഞ്ഞുനടക്കുന്നു. മഞ്ഞ വെളിച്ചത്തിന്റെ വെള്ളച്ചാട്ടം മുറിച്ചു കടന്ന് ഞാനെന്റെ വീടിന്റെ ഉമ്മറത്തേക്കിറങ്ങി.

അമ്പലപ്രാവ് ഇറയത്ത് അനങ്ങാതിരിക്കുന്നു. അതിന്റെ കണ്ണുകളിലെ ശൂന്യത എന്നെ ഭയപ്പെടുത്തിയില്ല. ഞാൻ ക്ലോക്കിന്റെ ചില്ലുവാതിൽ തുറന്നു. മുടന്തിയോടുന്ന സെക്കന്റ് സൂചിയെ പറിച്ചെടുത്ത് പുറത്തേക്കെറിഞ്ഞു. ഏതോ കഥയിലെ നാവ് മുറിഞ്ഞു പോയ വൃദ്ധനെ പോലെ ക്ലോക്കും നിശ്ശബ്ദമായി. മേശപ്പുറത്തെ ചായയിൽ കിടന്നു പിടയുന്ന രണ്ടുറുമ്പുകൾക്ക് നേരെ ഞാനെന്റെ ചെറുവിരൽ നീട്ടി. മരണവെപ്രാളത്തിൽ ആ പാവങ്ങൾ എന്റെ വിരലിലിറുക്കിപ്പിടിച്ച് കരയിലിറങ്ങി. കൂട്ടുകാരുടെ ജീവൻ തിരിച്ചു കിട്ടിയ സന്തോഷത്തിൽ പലഹാരത്തിന്റെ അരികുപറ്റി വിളറി നിന്നിരുന്ന മറ്റുറുമ്പുകൾ ആഹ്ലാദ നൃത്തം ചവിട്ടി. ഞാൻ വെറുതെ ചിരിച്ചു. പിന്നെ ഭ്രാന്തമായ ആവേശത്തോടെ നേരിയ വിഭ്രാന്തിയോടെ എന്റെ ദ്രവിച്ചു തുടങ്ങിയ ഭിത്തികൾ നഖങ്ങൾ കൊണ്ട് മാന്തിപ്പൊളിച്ചു.

എന്റെ ഭാവി പുറത്തു വരുന്നില്ലല്ലോ! വിരലിൽ നിന്ന് ചോര പൊടിയുന്നുണ്ട്. പോക്കറ്റിൽ തിരുകിയ സുഹറയുടെ തട്ടത്തിൽ ഞാനെന്റെ ചോര അമർത്തിപ്പിടിച്ചു. പരിചിതമായ ഒരു മരക്കസേര നിലത്തു വീഴുന്ന ശബ്ദം കേട്ടാണ് ഞാൻ തിരിഞ്ഞുനോക്കിയത്. ചുമരിലെ ചിത്രത്തിൽ, എന്നെ മാത്രം മോഹിപ്പിച്ച അതേ ചിത്രത്തിൽ ചില മാറ്റങ്ങൾ വന്നിരിക്കുന്നു.

നാലുകാലിൽ നിവർന്നിരുന്ന മരക്കസേര നിലത്തു മറിഞ്ഞു കിടക്കുന്നു. മുകളിലെ വെളുത്ത കയറിൽ എന്തോ തൂങ്ങിയാടുന്നു. ഇരുട്ടിനേക്കാൾ ഭീകരതയോടെ ഒലിച്ചിറങ്ങുന്ന മഞ്ഞവെളിച്ചത്തിൽ എനിക്കത് വ്യക്തമായി കാണാം. വെള്ളക്കയറിൽ തൂങ്ങിയാടുന്നത് എന്റെ ഭാവിയാണ്. കാലുകളയച്ചിട്ട്, കൈകളെ സ്വതന്ത്ര്യമാക്കി. തികഞ്ഞ ലാഘവത്തോടെ എന്റെ ഭാവി തൂങ്ങി മരിക്കുകയാണ്.

ഇതാ ഞാൻ നോക്കി നിൽക്കേ അത് എനിക്ക് പരിചിതനായ ഞാനായി മാറുന്നു. കഴുത്തിൽ കുരുക്ക് മുറുക്കുന്നതിന് മുൻപ്, സുഹറയുടെ തട്ടത്തിൽ പൊതിഞ്ഞെടുത്ത, ചോരയിൽ കുതിർന്ന് പഞ്ഞിപോലായ ഒരിച്ചിറച്ചിക്കഷ്ണം ഞാൻ ചവച്ചിറക്കി.

പിന്നെ അവസാനമായി ഒന്ന് ശ്വാസമെടുത്തു. മഞ്ഞ വെളിച്ചം മഞ്ഞക്കടലായി പരക്കുകയാണ്....

●

ഇവളെക്കൂടി

രജിതാരവി

വായനക്കാരാ.

കവാടത്തിൽവെച്ച് സെക്യൂരിറ്റി ജീവനക്കാർ ചോദ്യം ചെയ്യാൻ എത്തുന്നതുപോലെ ഞാനും നിങ്ങൾക്കരികിലേക്ക് വരുന്നു. എനിക്ക് ഒന്നുമറിയേണ്ടതില്ല. പക്ഷേ, കഥയിലേക്ക് കടക്കും മുൻപ് നിങ്ങൾ ചില തയ്യാറെടുപ്പുകൾ നടത്തേണ്ടിയിരിക്കുന്നു. എന്റെ ഭാവനാലോകത്തേക്ക് നിങ്ങളെ വലിച്ചിഴയ്ക്കാൻ എനിക്കുദ്ദേശ്യമില്ല. പകരം നിങ്ങൾക്ക് പരിചിതമായ വിജനമായ ഒരിടവഴിയും കുറച്ചു മാറി ആൾപ്പാർപ്പില്ലാത്ത ഒരു പഴയ കെട്ടിടവും സങ്കലിപിച്ചെടുക്കാം. അവിടെയാണ് കഥ നടക്കുന്നത്.

ഇനി വേണ്ടത് നിങ്ങൾക്ക് ഏറ്റവും പ്രിയപ്പെട്ട ഒരു പെൺകുട്ടിയാണ് കാലം വർത്തമാനമായതുകൊണ്ട് പ്രായം ഏതുമാകാം. 5 മുതൽ 15 വരെ അഭികാമ്യം. പതിവ് കൃസൃതിച്ചിരിയോടെ കൈവീശി യാത്ര പറഞ്ഞ് നിങ്ങൾ തിരഞ്ഞെടുത്ത ഇടവഴിയിലേക്ക് അവളിറങ്ങി നടക്കുന്നു.

ഇനി ഒരു വില്ലൻ വേണം. ഏതുയാത്രയിലും പെൺകുട്ടികൾ ഭയക്കുന്ന അജ്ഞാതനായ, ഏതുസമയവും ചാടി വീണേക്കാവുന്ന ഒരാൾ. തീർച്ചയായും അയാൾ ബലിഷ്ഠകായനാണ്. ചുവന്ന കണ്ണുകൾ, മുഖത്ത് കുറ്റിരോമങ്ങൾ, കട്ടി മീശ, മാടിക്കുത്തിയ കൈലി,

വിരിഞ്ഞ നെഞ്ച് പുറത്തുകാണുന്ന ബട്ടനിടാത്ത ഷർട്ട്. ചുണ്ടിൽ പുകയുന്ന ബീഡി.

വഴിയരികിലെവിടെയെങ്കിലുമുള്ള അരമതിലിൽ നിന്നോ, വളവിൽനിന്നോ, വഴിയിലെ ചായക്കടയിലെ ബെഞ്ചിൽ നി ന്നോ എവിടെ നിന്നുവേണമെങ്കിലും അയാൾക്ക് എരിഞ്ഞുതീരാറായ ബീഡി വലിച്ചെറിഞ്ഞ് നമ്മുടെ പെൺകുട്ടിയുടെ പിന്നാലെ നടക്കാം.

ഇപ്പോൾ അയാൾ അവളുടെ പിന്നാലെ നടക്കുകയാണ്. വിജനമായ ഇടവഴി, ഒറ്റയ്ക്കൊരു പെൺകുട്ടി, അവളെ പിന്തുടരുന്ന ബലിഷ്ഠകായൻ.

വായനക്കാരാ, സാഹചര്യങ്ങളെല്ലാം ഒത്തു വന്നിരിക്കുന്നു. ഇനി എന്നെ ആവശ്യമില്ല. കഥ ആരു തടഞ്ഞാലും സംഭവിക്കുകതന്നെ ചെയ്യും.

ഒരാൾ പിന്തുടരുന്നുണ്ട്... ഈ വഴിയിലൂടെയുള്ള യാത്രയിൽ ഏത് നിമിഷവും പ്രതീക്ഷിച്ചത്. ഭയക്കരുത് എന്ന് മനസ്സിനെ പറഞ്ഞ് പഠിപ്പിക്കാൻ ശ്രമിച്ചു. കാലുകൾ വേഗം നടന്നു. അയാൾ അടുത്തെത്തിയിരിക്കുന്നു. ഒന്നുകൂടി തിരിഞ്ഞുനോക്കാൻ തലതിരിക്കാനിടകിട്ടും മുൻപേ മൂക്കും വായും മൂടി ഒരു വലിയ കൈ അമർന്നു. ഒറ്റക്കുതിപ്പിന് തൊട്ടപ്പുറത്തെ കെട്ടിടത്തിലെത്തി നിലത്തേക്കിട്ടു. വായ്ക്കുമേലെ നിന്നും തടസ്സം മാറിയ ഞൊടിയിടയിൽ ശ്വാസം വലിച്ചെടുത്ത് നിലവിളിക്കാനായി വായ് തുറന്നപ്പോഴേക്കും അയാളുടെ കൈ വായുവിൽ ശക്തിയിൽ ഉയർന്നുതാണു. ചുറ്റും ഇരുട്ട്... തളരരുത്. തനിച്ചാണ്, രക്ഷിക്കാൻ ആരുമില്ല. വെളിച്ചം പ്രജ്ഞയിലേക്ക് അരിച്ച് കയറാൻ തുടങ്ങുമ്പോഴേക്കും പാവാടയടക്കം വലിച്ചുമാറ്റി സർവശക്തിയുമെടുത്ത് അയാൾ ആഞ്ഞമർന്നുകഴിഞ്ഞു.

മൂർച്ചയുള്ള കത്തികൊണ്ട് പുളിമാങ്ങ പൂളുന്ന ഓർമയുടെ മിന്നൽ! പുളച്ചിൽ!!

ഒരലർച്ചയോടെ അയാൾ പിന്നിലേക്കു തെറിച്ചു. ഉയർന്ന ലിംഗാഗ്രത്തിൽ നിന്നും പൂക്കുറ്റി പോലെ ചോര ചീറ്റിത്തെറിക്കുന്നു. അയാൾ ഒന്നുകൂടി നിലവിളിച്ചു. ഞെട്ടലോടെ അവൾക്കരികിലേക്ക് കുതിച്ചു. അവൾ അങ്ങനെത്തന്നെ മലർന്നു കിടക്കുകയാണ്. വിടർത്തിവെച്ച തുടകൾക്കിടയിലേക്ക് അയാൾ കൈനീട്ടി. ഇറ്റുവീഴുന്ന

ചോരച്ചാലുകളുടെ ഇളം ചൂടിനിടയിലൂടെ വിറ പടർന്ന വിരലുകൾ പരതി. വിരലിനടുത്ത് ഒരു മിന്നൽ! അയാളത് വലിച്ചെടുത്ത്.

ദേവിയുടെ പള്ളിവാൾപോലെ, രണ്ടരികും വെട്ടിത്തിളങ്ങുന്ന പുതിയ ബ്ലേയ്ഡ്!! ഒരു നിലവിളി അയാളുടെ തൊണ്ടയിൽ കുടുങ്ങിനിന്നു.

ചീറ്റിത്തെറിക്കുന്ന ചോരയെ വിരൽ കൊണ്ടമർത്തിപ്പിടിച്ച് മറുകൈയിൽ ബ്ലെയ്ഡും പിടിച്ച് സ്തബ്ധനായി നിൽക്കുന്ന അയാളുടെ ഞെട്ടിത്തരിച്ച നോട്ടത്തിനിടയിലൂടെ കുനിഞ്ഞ് നിലത്തുവീണ ബാഗെടുത്ത് പാവാട നേരെയാക്കി മുടിയൊതുക്കി മൂളിപ്പാട്ടും പാടി പെൺകുട്ടി പുറത്തേക്ക് നടന്നു.

●

മണലാരണ്യത്തെ വേരുകൾ

ആതിര. യു

നാളിതുവരെ കായ്ക്കാത്ത നെല്ലിമര തണലിൽ കാത്തിരിപ്പ് തുടങ്ങി. നേരം ഒരുപാടായി. വരാന്തകളിൽ കാലൊച്ചകൾക്ക് തിരക്കേറിയപ്പോൾ അക്ഷമയോടെ എറിഞ്ഞിരുന്ന കല്ലുകൾക്ക് ഊക്കേറി. ഉറവ് വറ്റിയ കിണറിനെ നോക്കി കോപ്രായം കാണിക്കവേ പിറകിൽ നിന്ന് ഒരു കിതപ്പ് തട്ടിവിളിച്ചു.

'ഇൗയ് വന്നിറ്റ് കുറേ നേരായോ?

അക്ഷമ കാരണം മുഖം കെറുവിക്കാനും മറന്ന് ഞാൻ തിടുക്കം കൂട്ടി.

"ഒരീസം കാണിച്ച് തരാംന്ന് പറഞ്ഞീറ്റ് നിയെന്തോര് സാധനം എത്രയായി ഒളിപ്പിക്കുന്ന് ഇൗന്നെങ്കിലും കാണിക്ക്വോ?"കളിയാക്കരുതെന്ന വാക്കോടെ നെഞ്ചോടടുക്കിപ്പിടിച്ച നീളൻ പുസ്തകം അവളെനിക്ക് നീട്ടി. പെൻസിലിന്റെ മങ്ങിയ വരകളിൽ പാത്തുമ്മ ആടിനേം പിടിച്ചു നിൽക്കുന്നത് കണ്ട് ഞാനവളുടെ കവിളിൽ പിടിച്ചു വലിച്ച് ചോദിച്ചു.

'പാത്തുമ്മയ്ക്ക് ഇത്രയ്ക്കും മൊഞ്ചുണ്ടായ്നാ...?'

സുഹറയുടെ കയ്യിലെ മൈലാഞ്ചിയെ തൊടാറുള്ള അതേ ആർദ്രതയോടെ ഞാനാ പുസ്തകം നെഞ്ചോട് ചേർത്ത് ലീലാവതി ടീച്ചറുടെ മലയാളം ക്ലാസിലേക്ക് ഓടി. അവളുടെ മെലിഞ്ഞ വിരലുകളാൽ

കോറിയിട്ട ചിത്രങ്ങൾക്ക് ക്ലാസ് മുറിയിൽ തിരക്കേറിയപ്പോഴും അവൾ പതിവുചിരി തട്ടത്തിൽ മറയ്ക്കുകയായിരുന്നു.

കൃഷ്ണേട്ടന്റെ ലോംഗ് ബെല്ലിന് പിന്നാലെ വരാന്തകൾ നിശബ്ദമാകാൻ തുടങ്ങി. വായനാമുറിയിൽ നിന്നും സുഹറ ഇറങ്ങി വരാൻ പിന്നെയും കുറേ നേരമെടുത്തു. വീട്ടിലേക്ക് നടക്കും വഴി ഏട്ടൻ പറഞ്ഞറിഞ്ഞ വരയ്ക്കാനും, പാടനും,കളിക്കാനും പഠിപ്പിക്കുന്ന കോളേജുകളെ പറ്റി ഞാൻ നിർത്താതെ ചിലയ്ക്കുമ്പോഴും അതിനൊന്നും ചെവി തരാതെ സുഹറ പറഞ്ഞു. 'ഇനിക്ക് അറബി ടീച്ചറായാ മതി... വേഗം പണി കിട്ടീറ്റ് ന്റെ ഉപ്പാക്ക് കൊറേ പൈസ കൊടുക്കണം.'

നാടകത്തെ തേടി ഞാനും മണലാരണ്യത്തെ അറബി വാക്കുകളെ തേടി അവളും കവലയിൽ നിന്ന് രണ്ട് വഴിയിലേക്കായി നടന്നു.

മൾട്ടീമീഡിയ മുറിയുടെ ഇരുട്ടിലേക്ക് വെളിച്ചം അരിച്ചിറങ്ങിയപ്പോഴാണ് ലാസ്റ്റ് ബസ്സിൽ ഓടിക്കിതച്ച് സുബോധം തിരിച്ചെത്തിയത്. അപ്പോഴേക്കും സിനിമ കഴിഞ്ഞ് എല്ലാവരും എണീറ്റ് പോയിരുന്നു. കമ്പ്യൂട്ടർ സ്വിച്ച് ഓഫ് ചെയ്ത് സുരേശൻ മാഷ് പതിഞ്ഞ ചിരിയോടെ ചോദിച്ചു.

'അന്റെ സുഹറാ എന്തിനാപ്പാ കരയുന്നേ...'?

വീട്ടിലേക്കുള്ള വഴി നീളെ അവൾ ഒന്നും മിണ്ടിയില്ല. സത്താറിന്റെ പീട്യേന്ന് മൈലാഞ്ചി വാങ്ങാനും ഓർത്തില്ല. ഞാൻ അവളുടെ ഇമയനക്കങ്ങൾ മാത്രം കേട്ടു. നടന്നു. വീടെത്താറായപ്പോൾ സുഹറ നനഞ്ഞ ശബ്ദത്തോടെ പറഞ്ഞു.

'ഓള് വെറും പാവമാ...'

ഒന്നും മനസ്സിലാകാതെ ഞാൻ അന്ധാളിച്ച് നിന്നു.

'ഇന്ന് കാണിച്ച സിനിമയിലെ ഷാഹിന വെറും പാവമാ അല്ലേ? ആ സെയ്ത്താൻ ഓളെ നിക്കാഹ് കയിച്ചിറ്റില്ലാങ്കിൽ ഓക്ക് ഇനിയും പഠിക്കാര്യുന്ന്'

സുഹറയുടെ നനഞ്ഞ വാക്കുകളിൽ നിന്നും വെള്ളമിറ്റിക്കൊണ്ടിരുന്നു. തുറന്നു വെച്ച മലയാളം പുസ്തകത്തിൽ തലക്കെട്ടു മാത്രം ഞാൻ കുറിച്ചിട്ടു.

'നിരൂപണം- പാഠം ഒന്ന് ഒരു വിലാപം'

കായ്ക്കാത്ത നെല്ലിമരം വെട്ടാൻ പോവുകയാണെന്ന് കൃഷ്ണാട്ടൻ പറഞ്ഞിരുന്നു. മരണം കാത്തു കഴിയുന്ന മരത്തിന് കീഴെ പതിവു കിതപ്പിന്റെ അസാന്നിദ്ധ്യത്തിൽ ഞാൻ തനിച്ചിരുന്നു. പാത്തുമ്മാന്റെ ആടിന്റെ പാലിനെ കട്ടുകുടിക്കുന്നതിൽ പ്രതിഷേധിച്ച് ക്ലാസിൽ മുറുമുറുപ്പുകളുണ്ടായെങ്കിലലും ലീലാവതി ടീച്ചർ മലയാളം സെക്കന്റിന്റെ മെലിഞ്ഞ പുസ്തകം അടച്ച് വെച്ച് പരീക്ഷകളിലേക്ക് മുങ്ങിത്താഴാൻ പരിശീലനം നൽകുകയാണ്. എല്ലാവരും തിരക്കിലേക്ക് ഊളിയിട്ടപ്പോൾ സുഹറ മാത്രം ഹാജർ പുസ്തകത്തിൽ ചുവന്ന വരയേറ്റു വാങ്ങി.

സുഹറയുടെ ഇരിപ്പിടം ഒഴിഞ്ഞത് പത്ത് സിയിൽ വലിയൊരു ശൂന്യത അവശേഷിച്ചു. കവലയിൽ നിന്ന് അറബികഥകൾ പൂക്കുന്ന മണലാരണ്യത്തിലേക്ക് സുഹറയെത്തേടി വേരുകളെ പറഞ്ഞയക്കാൻ തോന്നിയെങ്കിലും ഞാൻ സ്വയം പിൻവലിഞ്ഞു. പിന്നീടെപ്പോഴോ ആയിഷയുടെ കുഞ്ഞു വർത്തമാനത്തിൽ നിന്നറിഞ്ഞു സുഹറയുടെ കുഞ്ഞു റോസാച്ചെടികൾക്കു മേൽ ഇരുട്ടു പരത്തിക്കൊണ്ട് പന്തൽ പൊങ്ങുകയാണെന്ന്. കവലയിൽ നിന്ന് പിരിയവേ ആയിഷയുടെ കയ്യിൽ ഒരു നനഞ്ഞ കടലാസ് കൊടുത്തയച്ചു. പടർന്ന കറുത്ത മഷിയിൽ വാക്കുകൾ വിറച്ചുകൊണ്ടിരുന്നു.

'...സുഹറ.... നമ്മുടെ നെല്ലിമരം മുറിക്കാൻ പോവാണ്...'

യാത്രയയപ്പിന്റെ വീർപ്പുമുട്ടിലിന്റെ ശ്വാസം മുട്ടിത്തുടങ്ങി. ഹാളിൽ നിന്നും ശൂന്യത മാത്രം നെഞ്ചേറ്റി. ഇനിയൊരു മടങ്ങിവരവ് കിട്ടാത്ത നെല്ലിമരത്തണലിനെ തേടി നടന്നു. ഏറെ വൈകാതെ മൂടപ്പെടേണ്ട പൊട്ടക്കിണറ്റിൽ വായിൽ മുഖം വച്ചു കൊടുക്കവേ പിന്നിൽ നിന്ന് ഒരു കിതപ്പ് തട്ടി വിളിച്ചു. തിടുക്കത്തിൽ തിരിഞ്ഞു നോക്കാൻ തോന്നിയില്ല. കിതപ്പ് സംസാരിച്ചു തുടങ്ങി.

'അനക്കൊരു സാധനം തരാനാ വന്നേ...'

എന്തെന്ന് ചോദിക്കാൻ തോന്നിയില്ല. തികച്ചും വൈരുദ്ധ്യമായ ഒരു മറുചോദ്യം ചോദിച്ചു.

'നീയ് അയാളെ കണ്ടോ...?'

അവളുടെ വാക്കുകൾ നനഞ്ഞു തുടങ്ങി.

‘ഇല്ല. ബൈപ്പോം ഇക്കാക്കേം കണ്ടു.’

ദേഷ്യമോ സഹതാപമോ തോന്നിയില്ല. വല്ലാത്ത നിർവികാരതയോടെ ഞാനവൾക്ക് നേരെ തിരിഞ്ഞു. അവൾ നെഞ്ചോട് ചേർത്ത നീളൻ പുസ്തകം എനിക്കു നേരെ നീട്ടി. പെൻസിലിന്റെ മങ്ങിയ വരകളിൽ പാത്തുമ്മാന്റെ ആട് വല്ലാതെ നിലവിളിച്ചു കൊണ്ടിരുന്നു.

‘ന്റെ ആടിനെ ബാപ്പ അറക്കാൻ പോവ്വാന്ന്...’

അവൾക്ക് കൊടുക്കാൻ കരുതിയ കളർ പെൻസിലിൽ പോലുംനിറം വറ്റി കിടക്കുമ്പോൾ അറുക്കപ്പെടേണ്ട ആടിന് ഒരിറ്റു വെള്ളം കൊടുക്കാനാകാത്ത നിസ്സഹായതയിൽ ഞാൻ നിൽക്കവേ മുന്നിൽ നിന്ന് ഒരിരുണ്ട നിഴൽ കിതപ്പോടെ അകന്നു പോയി. ശൂന്യതയുടെ വാ തുറന്ന പൊട്ടക്കിണറ്റിലേക്ക് വീണ്ടും തലയിറക്കി കൊടുക്കവേ വെളിച്ചമെത്താത്ത അടിത്തട്ടുകളിൽ നിന്ന് വെള്ളം തേടിയിറങ്ങി കബളിപ്പിക്കപ്പെട്ട നെല്ലിമരത്തിന്റെ വേരുകൾ വല്ലാത്ത നിലവിളിയോടെ എനിക്കു നേരെ കൈ നീട്ടി. വറ്റിപ്പോയ ശബ്ദത്തെ തിരിച്ചെടുക്കാനാകാതെ ഞാൻ അനക്കമറ്റ് നിന്നു.

●

അരുന്ധതിയുടെ നഗരത്തിൽ ഒരു പകൽ

സിവിക് ജോൺ

ഒട്ടും preplanned അല്ലാത്ത ഒരു യാത്ര. ഇടയ്ക്കിടെ അത് പതിവാണ്. ഈ യാത്ര അരുന്ധതിയുടെ നഗരത്തിലേക്കാണ്. അവൾ അവളെയറിഞ്ഞ നഗരത്തിലേക്ക്. പെട്ടെന്നിങ്ങനെ ഒരു യാത്രക്ക് എന്നെ പ്രേരിപ്പിക്കുന്നത് ഇന്നലെ കിട്ടിയ എഴുത്താണ്.

Are you fond of cold coffee?

But, when are we meeting?

Bloody fool! You'll never turn up.

ഇന്നലെ ഉച്ചതിരിഞ്ഞ് കയ്യിലെത്തിയ, 'എടോ അനന്തിരവാ' എന്ന അഭിസംബോധനയിൽ തുടങ്ങുന്ന അരുന്ധതിയുടെ കത്ത് അവസാനിക്കുന്നത് ഈ വരികളിലാണ്. കഴിഞ്ഞ മാസം അഞ്ചാം തിയതി പോസ്റ്റ് ചെയ്ത കത്ത്, വരാൻ വൈകിയപ്പോൾ ഇനി അത് കിട്ടാനൊന്നും പോകുന്നില്ല എന്ന് ഉറപ്പിച്ചതാണ് ഞങ്ങൾ രണ്ടുപേരും.

പക്ഷെ, ഇന്നലെ ബാങ്കിൽ നിന്ന് ഒരു ലെറ്റർ വന്നിട്ടുണ്ട് എന്ന് പറഞ്ഞു അടുത്ത വീട്ടിലെ ചേച്ചി കൊണ്ടുവന്ന് തന്ന ഇൻലൻഡ് അരുന്ധതിയുടേതായിരുന്നു.

കാനറാ ബാങ്കിന്റെ പരസ്യം പതിപ്പിച്ച സ്പെഷ്യൽ ഒക്കേഷൻ ഇൻലൻഡ് കണ്ടിട്ടാണ് എഴുത്ത് ബാങ്കിൽ നിന്നാണെന്ന് അവർ

തെറ്റിദ്ധരിച്ചത്. ചേച്ചിയെ തിരുത്താൻ നിൽക്കാതെ ഇൻലൻഡും വാങ്ങി ഞാൻ വീട്ടിലേക്കു കയറി.

അരുന്ധതിക്കും എനിക്കും ഇടയിൽ എഴുത്തുകുത്തുകൾ പുത്തരിയല്ല. പക്ഷെ അതൊരിക്കലും ഒരു മുടങ്ങാത്ത ശീലവുംഅല്ല. നിശ്ചിത കാലത്തിനുള്ളിൽ മറുപടി എഴുതിയേക്കാം എന്നകരാറൊന്നും ഞങ്ങൾക്കിടയിൽ ഇല്ലാത്തത് കൊണ്ട് തന്നെ മറുപടികത്തുകൾക്ക് ചിലപ്പോൾ വലിയ കാലതാമസം വരാറുണ്ട്.തീരെ പ്രതീക്ഷിക്കാത്ത ഒരു നിമിഷം എവിടുന്നോ പൊട്ടിവീണതെന്ന പോലെയാണ് അരുന്ധതിയുടെ കത്തുകൾ വരിക.

ഒരു ഇൻലന്റിന്റെ ചതുര വടിവിൽ അനുവദിച്ചു കിട്ടിയ പരിമിത സ്ഥലത്ത് അവൾ വിശേഷങ്ങൾ എല്ലാം കുത്തി തിരുകും. കടുകുമണികൾ പോലെ ചെറിയ അക്ഷരത്തിൽ ഞങ്ങൾക്കിടയിലെ ദൂരവും കാലവും എല്ലാം മായ്ച്ചുകളയാൻ ശേഷിയുള്ള കഥകൾ ഉണ്ടാകും. യാത്രകൾ, വായിച്ച പുസ്തകങ്ങൾ, എഴുതി തുടങ്ങി എവിടേക്ക് കൊണ്ടുപോകണം എന്ന സംശയത്തിൽ നിർത്തിയിട്ടിരിക്കുന്ന കഥകൾ, അങ്ങനെ അങ്ങനെ ഒരു നൂറു വിശേഷങ്ങൾ.

ബാലചന്ദ്രനും പദ്മയും സിദ്ധാർത്ഥനും മൈഥിലിയും എല്ലാം നിറഞ്ഞു നിന്ന ഒരു ഫേസ്ബുക് പോസ്റ്റിൽ നിന്നാണ് ഞങ്ങൾ സംസാരിച്ചു തുടങ്ങുന്നത്. ഒരുപിടി കത്തുകൾ, ഒരേയൊരു ഫോൺകാൾ. ഇതിനിടയിൽ വർഷങ്ങൾ എത്ര വേഗമാണ് കടന്ന് പോകുന്നത്.

യാത്രകളുടെ വിശേഷങ്ങൾ എഴുതിയ കത്തുകൾക്കൊപ്പം ചിലപ്പോഴെല്ലാം ചിത്രങ്ങൾ കൂടി അയക്കാറുണ്ട് അരുന്ധതി. റാണിപുരം, കുളു, മനാലി എന്നിങ്ങനെ... കത്തുകളിൽ അവൾ എഴുതിയതിൽ കൂടുതൽ കഥകൾ പറഞ്ഞു തന്നു ആ ചിത്രങ്ങൾ. പരിചയപ്പെടുമ്പോൾ ഒരു തിളങ്ങുന്ന വൈരക്കൽ മൂക്കുത്തിയായിരുന്നു അവളുടേത്.. പക്ഷെ ഇടയിൽ എപ്പോഴാ അവൾ വലിയ മൂക്കുത്തികൾ ഇഷ്ടപ്പെട്ടു തുടങ്ങി.. തിളങ്ങുന്ന വൈരക്കൽ മൂക്കുത്തിയിൽ നിന്നും എടുത്താൽ പൊങ്ങാത്ത കൂറ്റൻ മൂക്കുത്തികളിലേക്കുള്ള യാത്രക്കിടയിൽ എവിടെയോ ഒരാളുണ്ടായിരുന്നു എന്ന് പിന്നീടൊരു കത്തിൽ പറഞ്ഞു അരുന്ധതി. 'കൂടിച്ചേരലിനു മുന്നേ കൊഴിഞ്ഞുപോകുന്ന

പ്രണയങ്ങളോടാണ് മനുഷ്യന് എന്നും കൊതി, അല്ലേ ?' എന്ന് ചോദിച്ചാണ് അവൾ ആ കത്ത് അവസാനിപ്പിച്ചത്..

ചേർത്ത് പിടിച്ച് മൂക്കിൻത്തുമ്പിൽ ഒന്ന് ഉമ്മ വെക്കാൻ ആരുമില്ലാതാകുമ്പോൾ ആണ് പെണ്ണുങ്ങൾ വലിയ മൂക്കുത്തി ഒക്കെ ഇട്ടു തുടങ്ങുന്നതെന്ന് പ്രിയ എ എസ് ഒരു കഥയിൽ എഴുതിയത് ഓർമ വന്നു എനിക്കപ്പോൾ. എന്നെങ്കിലും ഒരിക്കൽ നേരിൽ കാണുന്നെങ്കിൽ കൈകൾ കോർത്തുപിടിച്ച് വെറുതെ ആ മുഖം നോക്കി ഒന്നും മിണ്ടാതെ കുറച്ച നേരം ഇരിക്കണം എന്ന് തീർച്ചപ്പെടുത്തിയത് അന്നാണ്.

അരുന്ധതി പറയാതെ പറഞ്ഞ കഥകൾക്ക് മറുപടി ആയി അടുത്ത കത്തിൽ ഞാൻ അവളെക്കുറിച്ച് പറഞ്ഞു. വയൽക്കരെ, ഇപ്പോൾ ഇല്ലാത്ത, സീതാലക്ഷ്മിയെ കുറിച്ച്. അറിയാൻ വൈകിയത് കൊണ്ട് ചേർത്തുപിടിക്കാൻ കഴിയാതെ പോയ പ്രണയത്തെക്കുറിച്ച്.. സീതാ ലക്ഷ്മി ഇല്ലാത്ത വീട്ടിൽ അച്ഛനും അമ്മയുമേ ഉള്ളൂ ഇപ്പോൾ, പിന്നെ, അവൾ വീണ കിണറും...

ഒരിക്കലെങ്കിലും തമ്മിൽ കാണുമോ എന്ന് തീർച്ചയില്ലാത്ത ഒരു പെൺകുട്ടിയോട് അധികമാരോടും പറയാത്ത കഥകൾ പോലും യാതൊരു സങ്കോചവുമില്ലാതെ പറയാൻ കഴിയുന്നതെങ്ങനെയെന്ന ചോദ്യം ഞാൻ പലവുരു സ്വയം ചോദിച്ചിട്ടുണ്ട് പിന്നീട്. എന്തോ, അതിന് ഒരു ഉത്തരം കിട്ടിയിട്ടില്ല ഇത് വരെ.

ഒരിക്കൽ പ്രണയിച്ചെങ്കിലും ആ പ്രണയം പരാജയപ്പെട്ടെങ്കിലും അരുന്ധതി ഒരു സാധാരണ പെൺകുട്ടി അല്ലായിരുന്നു.സ്വാതന്ത്ര്യമാണവൾ, കലഹവും. വ്യവസ്ഥിതികളോട്, അരുതുകളോട്, വേണ്ടപ്പേടികളോട്. പക്ഷെ അതെ സമയത്തു തന്നെ പുതുമഴ പെയ്യുന്ന രാത്രികളിൽ മഴയുടെ മണം പിടിക്കാൻ പാകത്തിൽ മൂക്കും നിവർത്തി നടുത്തളത്തിൽ കിടന്നുറങ്ങുന്ന, കടുമാങ്ങാ അച്ചാറിടുന്നതിനിടെ മുത്തിയോട് വഴക്ക് കൂടുന്ന, അലിഞ്ഞ് തീരുന്ന ചോക്കോബാറിന്റെ ഉടമസ്ഥാവകാശത്തിനു അനിയനോട് സന്ധിയില്ലാ സമരം പ്രഖ്യാപിക്കുന്ന, എല്ലാ വഴക്കുകളുടെയും അവസാനം പതിവ് പോലെ അച്ഛൻ കുട്ടിയെന്ന ലേബലിൽ തല്ലിൽ നിന്നും രക്ഷപെടുന്ന ഒരു മുഖം കൂടിയുണ്ട് അവൾക്ക്.

ഇക്കഴിഞ്ഞ ജന്മദിനത്തിൽ ഒരുറക്കം കഴിഞ്ഞ് രാത്രി രണ്ടു മണിക്ക് എഴുന്നേൽക്കുമ്പോൾ അവളുണ്ടായിരുന്നു അവിടെ കൃത്യമായിട്ട്. ഒരു കുപ്പിയുടെ നീളൻ കഴുത്ത് പൊട്ടിച്ച്, അതിന്റെ ലഹരിയിൽ അങ്ങനെ നുരഞ്ഞ് പതഞ്ഞ്. എന്റെ പേരിൽ ഒരു പെഗ് കൂടി അടിച്ചേക്കു എന്ന് പറഞ്ഞപ്പോൾ പതിവില്ലാതെ അരുന്ധതി ചിരിച്ചു..

ബർത്ഡേ ആയിട്ടും നീ എന്തേ നേരത്തെ ഉറങ്ങിയത് എന്ന ചോദ്യത്തിന്, ആരും ഓർത്തില്ലെങ്കിൽ അതെന്നെ വല്ലാതെ സങ്കടപ്പെടുത്തുമെന്നും ഇനി അത് അങ്ങനെ തന്നെ ആയിപ്പോകുമോ എന്ന് പേടിച്ചിട്ടാണ് ഫോൺ സൈലന്റ് ആക്കി നേരത്തെ കിടന്നുറങ്ങിയതെന്നും മറുപടി പറയാൻ എനിക്ക് ഒരു മടിയും തോന്നിയില്ല. കാരണം ആ നിമിഷങ്ങളിൽ എന്റെ എല്ലാ പരിമിതികളെയും വാത്സല്യപൂർവ്വം കനിഞ്ഞനുഗ്രഹിക്കുന്ന സ്നേഹമായിരുന്നു എനിക്കവൾ.

തെല്ല് നേരത്തെ മൗനത്തിനു ശേഷം മറുപടി പറയുമ്പോൾ അവളുടെ സ്വരത്തിൽ യാതൊരു ഇഴച്ചിലുകളും ഉണ്ടായിരുന്നില്ല. ഏറ്റവും ആർദ്രമായ സ്വരത്തിൽ അവൾ എന്നോട് സംസാരിച്ചുകൊണ്ടേയിരുന്നു.. എന്റെ വേണ്ടാപ്പേടികൾ ശമിക്കുന്നത് വരെയും..

അവളാണ് 'നിന്നെ എന്നാണ് ഒന്ന് കാണുക' എന്ന് എഴുതി ചോദിക്കുന്നത്. 'നീ ഒരിക്കലും വരികയേയില്ല' എന്ന് പറയാതെ കരയുന്നത്..

Bloody fool എന്ന് നീട്ടിയെഴുതുമ്പോൾ ആ വിളിയിലുള്ളത് വെറുതെ ഒരു ദേഷ്യം അല്ലെന്നും ഒരുപാട് സ്നേഹം ഉള്ളപ്പോൾ മാത്രം ഉറവിടുന്ന ഒരു നനുത്ത സങ്കടം ആണെന്നും ആ എഴുത്തിലൂടെ വെറുതെ കണ്ണോടിക്കുമ്പോൾ തന്നെ മനസ്സിലാകുന്നുണ്ട് എനിക്ക്. ആ സങ്കടത്തെ പൊതിഞ്ഞു പിടിക്കാൻ ഉതകുന്നതല്ല ഞങ്ങൾക്കിടയിലെ ഒരു ദൂരവും..

ഇതിനു മുൻപ് രണ്ടുവട്ടം ഞങ്ങൾ പരസ്പരം കണ്ടുമുട്ടേണ്ടിയിരുന്നതാണ്. ആദ്യത്തേത് ഒരു സുഹൃത്തിന്റെ വിവാഹം. കല്യാണ ദിവസം വരാൻ പറ്റാത്തത് കൊണ്ട് ഞാൻ തലേന്ന് രാത്രിയിൽ ചെന്ന് മടങ്ങി. അരുന്ധതി എത്തുന്നത് പിറ്റേന്ന്... അടുത്തത് ഈ കഴിഞ്ഞ ഡിസംബർ ശളളസ യിൽ വെച്ച്.. ഒരു സിനിമ പോലും കാണാതെ സിനിമ കാണാൻ വേണ്ടി പലയിടത്തുനിന്നും വന്ന ജോസപ്പേട്ടനെയും മൂപ്പനെയും പപ്പുവിനെയും പാമ്പിനെയും

നിയാസിക്കയെയും എല്ലാം കണ്ട് മനസ്സ് നിറയെ സംസാരിച്ച് തിരുവനന്തപുരത്തെ മുറി പൂട്ടി ഞാൻ ഇറങ്ങാൻ തുടങ്ങുമ്പോൾ അരുന്ധതി തിരുവനന്തപുരത്തേക്കുള്ള ട്രെയിനിൽ ആയിരുന്നു. കുറച്ച് മണിക്കൂറുകളുടെ മാത്രം വ്യത്യാസത്തിൽ വീണ്ടും ഞങ്ങളുടെ കൂടിക്കാഴ്ച്ച നടക്കാതെ പോയി..

തമ്മിൽ കാണുന്നത് ഇനിയും വൈകിക്കേണ്ട എന്ന തീരുമാന ത്തിലാണ് അരുന്ധതിക്ക് മറുപടി കത്ത് എഴുതിയത്. ഉടനെ നേരിൽ കാണാം, അപ്പോൾ ഒരുപാട് സംസാരിക്കാം എന്നും എഴുതിയ കത്ത് പോസ്റ്റ് ചെയ്തു തൊട്ട് പുറകെയാണ് ഈ ട്രെയിൻ പിടിച്ചത്. കത്തെത്തുന്നതിനു മുന്നേ വെറുതെഅങ്ങനെ നേരിൽ പ്രത്യക്ഷപ്പെട്ട് അവളെയൊന്ന് ഞെട്ടിക്കുക എന്നതാണ് പ്ലാൻ. ജോലാർപേട്ടയിൽ നിന്നും അടുത്ത ട്രെയിൻ മാറിക്കയറണം. പുതുച്ചേരി എക്സ്പ്രസ്സ്. രാവിലെ 8 മണിക്ക് മുൻപേ അങ്ങെത്തും... നാളത്തെ പകൽ അത് അരുന്ധതിക്കുള്ളതാണ്. അവൾക്ക് പറയാൻ കഥകളുണ്ടാകും. പട്ടുകു റ്റൻ മൂക്കുത്തികളിൽ നിന്നും വീണ്ടും വൈരക്കൽ മൂക്കുത്തിയിലേക്ക് മാറാൻ പോകുന്നു എന്നതിന്റെ സൂചന കത്തിൽ നിന്നും കിട്ടിയിരു ന്നു.. കൂടെക്കൂട്ടിക്കോട്ടെ എന്നൊരാൾചോദിച്ചിട്ടുണ്ടെന്നും ഈ കത്ത് നിനക്ക് കിട്ടും മുൻപേ ചിലപ്പോൾ ഞാൻ അതിന് സമ്മതം പറഞ്ഞേ ക്കുമെന്നും അവൾ എഴുതിയിട്ടുണ്ടായിരുന്നു.. ചിലപ്പോൾ സമ്മതിക്കും എന്ന് എഴുതിയശേഷം വെറുതെ അവൾ വരച്ചിട്ട സ്മൈലിയിൽ അവളുടെസ്വപ്നങ്ങൾ ഓരോന്നും എനിക്ക് വായിച്ചെടുക്കാൻ പറ്റു ന്നുണ്ടായിരുന്നു.. അതിന്റെ ബാക്കി കഥ അവളിൽ നിന്നും തന്നെ കേൾക്കണം. സാധിച്ചാൽ അയാളെയൊന്ന് കാണുകയും വേണം.. പിന്നെ അവളോട് പറയാൻ എനിക്കും ഒരു കഥയുണ്ട്. തീവണ്ടി മുറിയിലെ പെൺകുട്ടിയുടെ കഥ. നന്നേ മെലിഞ്ഞ, ചുരുണ്ട മുടിയുള്ള, നല്ല പൊക്കമുള്ള ഒരു വിചിത്രപേരുകാരി. ഒരിക്കൽ പറഞ്ഞ പേര് വീണ്ടും പറയില്ലെന്ന് ഒരു ചിരിയോടെ പറഞ്ഞ് അവൾ ഇറങ്ങിപ്പോ യത് രണ്ടു സ്റ്റേഷൻ മുന്നെയാണ്. പേര് കൂടി അറിയാതെ ആ പെൺ കുട്ടിയെ ഞാനിനി എങ്ങനെയാണ് കണ്ടുപിടിക്കുക? അരുന്ധതി ഒരു വഴി പറഞ്ഞു തരാതിരിക്കില്ല.

നാളെയാണ്, അരുന്ധതിയുടെ നഗരത്തിലെ എന്റെ പകൽ.. തീരെ പ്രതീക്ഷിക്കാതെ എന്നെ കാണുമ്പോൾ അരുന്ധതി എന്താകും ആദ്യം പറയുക ?

●

കടൽ തുടൽ

അയ്യപ്പൻ മൂലേശ്ശേരിയിൽ

ആഴ്ചകളായി ഒരേ നിലയിൽ തുടരുന്നവന്റെ ഏകാന്തതയിലേക്ക് ഭീതിയുടെ നെഞ്ചിടിപ്പൊളിച്ചുകടക്കുന്നു. ഏതെന്നറിയാത്ത ദിക്കിൽ നിന്നൊരു മോട്ടോറിരമ്പൽ ആകാംഷയുടെ കോരിത്തരിപ്പിൽ അമാനുള്ളയുടെ പരിഭ്രമത്തെയടിമുടി വിഴുങ്ങി. ചുട്ടുപഴുത്ത ചുമരിൽ തല ചേർത്ത് വിയർപ്പിൽ വലിഞ്ഞുമുറുകിയ ഞരമ്പുകളുടെയനക്കം തിരിച്ചറിയാതെയാ ശബ്ദം നീങ്ങി നീങ്ങി പോവുന്നതയാളറിഞ്ഞു. വിളർത്ത ചുടുകട്ടകളുടെ ചെറുവിടവിലൂടെ മരുഭൂമിയുടെ ദീപ്തമൗനത്തിലേയ്ക്ക് നോക്കിയപ്പോൾ കണ്ണെത്തുന്നയവസാനതിട്ട കോറിയൊരു എൻഫീൽഡ് മാഞ്ഞു.

വീണ്ടും കട്ടിലിലേക്ക് മടങ്ങി. ഭീതിയൊരു കപടയാവരണം മാത്രമാണെന്നപ്പോളയാൾ ചിന്തിച്ചു. അതിന്റെയുത്ഭവം കണ്ടെടുക്കപ്പെട്ടിട്ടില്ലാത്ത എവിടെയോ ആണ്. അനുഭവ്യമായ ഭീതി അതിന്റെ ബാഹ്യഭാഷ മാത്രമാവാം, വ്യാഖ്യാനവും അർത്ഥവുമെല്ലാം മറ്റെവിടെയോ അജ്ഞാതമായി ഉത്പ്പാദിപ്പിക്കപ്പെടുകയായിരിക്കും. നട്ടുച്ചയെ നിഴലുകൾ മറന്നു തുടങ്ങുമ്പോൾ ഷെഹർബാനു മുട്ടിവിളിച്ചു. ചെറുമയക്കം പിളർന്ന്, നാളെയിരവുവരെ തിന്നാനുള്ളവ അവൾ മണൽനിരപ്പിൽ വെച്ചു.

“ഇരുന്നിരുന്ന് മടുത്തിരിക്കുമല്ലോ! ദാ ഇതു നോക്കു. ഉപ്പനാരോ പണ്ട് കോടത്തേയാണ്.”

മങ്ങിയ പീതനിറത്തിൽ ഒരു പുസ്തകം. അഹമ്മദ് മുസ്സലിയെന്നൊരാൾ എഴുതിയത്.

കയാസിവിടെത്തും മുന്നേ റേഡിയോ കിട്ടാരുന്നു, ഇപ്പോ ഇല്ല. അതൊണ്ടായിരുന്നേൽ പാട്ടോളും, സംഗീതവുമൊക്കെയായി....

തന്റെ വിരസതയുടെ നിഴലിനെ ഷെഹർ തുറിച്ചുനോക്കുന്നതിൽ അമനാശ്വാസം തോന്നി.

ഷെഹറിതൊക്കെ വായിക്ക്വോ?

ഇല്ല ഉമ്മച്ചിയുണ്ടായിരുന്നപ്പോ ഓരിതൊക്കെയൊരുപാട് വായിക്കാരുന്നു. ഉമ്മച്ചി പോയപ്പോയെല്ലാം പോയി. രാത്രീലെ പാട്ടും നിലാവിനെ തൊടലും... എല്ലാം.

വിഷാദത്തിന്റെ വാചാലത അനായാസമാണ്. ഷഹറതിലേയ്ക്ക് വഴുതുന്നുവെന്ന് തോന്നിയാണമാനുള്ള വിഷയം മാറ്റിയത്.

കുട്ടിവായ്ക്കുമെന്നല്ലാതെ സാഹിത്യത്തിൽ കമ്പമില്ല. കണക്കുകളോടാണ് പ്രിയം. ഇരട്ടിക്കിരട്ടിയായതുമാറുമ്പോൾ കിട്ടുന്ന സംതൃപ്തി. അതാണ് ഏറ്റവും ഏറ്റവും പൂർണ്ണമായ അനുഭൂതി.

ഒരുപാട് തവണയാവർത്തിച്ചിട്ടുള്ള ആ വാചകങ്ങളിപ്പോൾ പറയുമ്പോൾ അമാന് ലജ്ജതോന്നി.

എനിക്കും പ്രിയമല്ല. ന്നാ നാടോടിക്കഥകള് കേക്കാനിഷ്ടമാ.യാത്ര പോണ മുസാഫിറുകൾ പാർക്കാനെത്തുമ്പോ പറയണകഥകള്.

ഒരു സ്ത്രീ ഉത്സാഹത്തോടെയവളുടെ ഇഷ്ടാനിഷ്ടങ്ങളൊരുവനു മുന്നിൽ തുറക്കുന്നുണ്ടെങ്കിലവനെ ത്രമേൽ പ്രിയപ്പെട്ടവനായിരിക്കണം. ഷെഹറിന്റെ മധുരാതുരമായ നോട്ടങ്ങളിൽ നിന്നൊഴിഞ്ഞുമാറാൻ അമാനുള്ള ബോധപൂർവ്വം ശ്രമിച്ചു.

എന്നാ ഞാനൊരു കഥ പറയട്ടെ. ഒരു നാടോടിയുടെ കഥ ഷഹർ താടിയിലേക്ക് കൈപ്പത്തികൾ വിടർത്തി. ചെറിയ കണ്ണുകൾ വിടർത്തി നോക്കിയിരുന്നു.

ഈത്തപ്പഴത്തിന്റെ നിറമുള്ള കാട്, എല്ലാ ദിക്കിലും ഇരുൾ വീണ പച്ചപ്പാണ്. ഞാവലിന്റെ തണുപ്പാണ്. മൂന്നു മലകളുടെ തുടയിടുക്കിൽ കാടിന്റെ നടുക്കൂടൊരു നദിയൊഴുകിയിരുന്നു. എല്ലാകാലത്തും ഒരോ നിലയിൽ തണുത്താർത്ത് ഗ്രാമവാസികളെയെന്നും മുട്ടിയുരുമ്മിയതങ്ങനെ. ഗ്രാമത്തിന്റെ വേരോട്ടമെല്ലാം നദിയുടെ ശിഖരങ്ങളിലൂടൊക്കെ തന്നാരുന്നു. ആവോളം മീനും, വിറകും, പഴങ്ങളുമെല്ലാം. നദിപോഷിപ്പിച്ചുകൊടുക്കുമായിരുന്നു. അവരുടെ

ജനനവും മരണവുമെല്ലാം സെരുത് നദിയുടെ കുദാശകളിലൂടെയായിരുന്നു. ഒരു കുഞ്ഞ് ജനിച്ചാലാദ്യം സെരുതിൽ കുളിപ്പിച്ച് രണ്ടുവട്ടം തോണിയാത്ര നടത്തും. മരിച്ചാൽ സെരുത്തിൽ കുളിപ്പിച്ച് ഇടമണ്ണിട്ടുവിൽ കൊണ്ടൊഴുക്കിവിടും.

സെരുതിന്റെ തീരത്ത് ഗിരിഗിഖരങ്ങളുള്ളൊരു കൊമ്പൻമരത്തിന്റെ അടയിൽ തടിയിൽ തീർത്തൊരു കൊച്ചുവീട്. അതിന്റെ ഒരു വശത്തെ കാലുകൾ നദിയിലേക്കും. അതിനക്കരെയുള്ള പൂൽത്താഴ്വാരത്തിലേക്കും അത് മരിച്ചുപോയ ഗ്രാമത്തലവന്റെ മകനൊറ്റക്കു പാർത്തിരുന്ന വീടായിരുന്നു. അയാളൊൻപതു പശുക്കളെ ഓരോ പേരിട്ട്, ഓരോ സ്വഭാവമുള്ളവരായി കണ്ടെടുത്ത് ഉറ്റവരുടെയടുപ്പത്തിൽ ഓമനിച്ചു പോന്നു. അയാൾ ഗ്രാമത്തിലെ പശുക്കളെ അന്യദേശങ്ങളിൽ കൊണ്ടുവിറ്റ് നേടുന്ന സമ്പത്തിൽ ഹുങ്ക് കൊണ്ടിരുന്നു.

ഒരിക്കൽ ഹുസൈന്റെ അടിമച്ചന്തയിൽ വെച്ചൊരു അടിമപ്പെണ്ണിൽ അയാൾക്ക് മോഹമുടക്കി. സുന്ദരിയായ അടിമപ്പെണ്ണിന് കമ്പോളവിലയധികമായിരുന്നു. അതിനുള്ള തുകയില്ലായിരുന്നെങ്കിലും ഹുസൈനെ കണ്ടാവശ്യം പറഞ്ഞപ്പോൾ അയാളുടെയച്ഛനുമായുള്ള അടുപ്പം വെച്ചവളെ അവന് നൽകി. ഒൻപതാഴ്ചകൾക്കുള്ളിൽ കമ്പോളവിലയെത്തിക്കണമെന്നും കൽപ്പിച്ചു.

അവരുടെ വിവാഹം ഗ്രാമത്തിനുത്സവമായിരുന്നു. അനാഥത്വത്തിൽ യാന്ത്രികമായുൻമാദങ്ങളിലേക്ക് വിറങ്ങലിച്ച് പോവുമായിരുന്ന പെൺകുട്ടിക്ക് അതിജീവനത്തിന്റെ നിസ്വാർഥ സ്നേഹത്തിന്റെ ശലഭക്കൂടായിരുന്നു.

പണമെത്തിച്ചില്ലെങ്കിൽ ഹുസൈനെത്തിയവളെ കൊണ്ടുപോകുമെന്നയാൾക്കറിയാമായിരുന്നു. കടമെടുത്ത പശുക്കളെയും തന്റെ ഒൻപതു മക്കളെയും വിൽക്കാനയാൾ കപ്പൽ കയറി. കൂടുതൽ വിലയ്ക്കു വസൂലാവുന്ന കരകളിലേയ്ക്ക് പായ് തിരിഞ്ഞു. ദിവസങ്ങൾ, ആഴ്ചകൾ, അയാൾടെ വരവും കാത്താ പെൺകുട്ടി... അമാനുള്ളയുടെ വാക്കുകൾ മുറിഞ്ഞു. ഷെഹർ ശ്രദ്ധയോടെയാളെ നേരിടുകയാണ്.

പിന്നെ... പിന്നെ എല്ലാം കഥയിലെയും പോലെ ആ രാജകുമാരനും. രാജകുമാരിയും എല്ലാം പ്രതിസന്ധികളെയും തോൽപിച്ച് ഒരുപാടുകാലം ജീവിച്ചു.

ഷെഹർ പുഞ്ചിരിച്ചുകൊണ്ട് നോക്കിയിരിക്കുകയാണ്. അവൾ പോയി കഴിഞ്ഞപ്പോൾ മണൽ ചാരുതയിൽ നിലാവു പെയ്തു. നാടോടിക്കഥയുമായി കുഴഞ്ഞുവീണയോർമ്മകളുടെ തണലിനെ ഷെഹർ വേർതിരിച്ചിരിക്കുമോ?

ഇത്ര ദിവസങ്ങളുടെ ഇടയിരുപ്പിൽ ഷെഹർ തന്നെ ഇഷ്ടപ്പെട്ടിരിക്കുമോ അവളുടെ ഇമയനക്കങ്ങൾക്ക് ചിലപ്പോൾ പ്രണയത്തിന്റെ ഒഴുക്കാണ്. എത്ര അരക്ഷിതമാണെങ്കിലും സ്നേഹിക്കപ്പെടുന്നുവെന്ന തോന്നലേതൊരാണിനും ഉത്തേജകമാണ്.

പക്ഷേ, ആദ്യപ്രണയങ്ങളിൽ നൈസർഗ്ഗികമായൊരു നിഷ്കളങ്കതയുണ്ടാവും. വിശുദ്ധമായൊരാനന്ദമാണിത്. അതിനേൽക്കുന്ന മുറിവിന്റെയാഴത്തിനൊത്തായിരിക്കും. പിന്നീടുള്ള വയിലെ സ്വാർത്ഥതയുടെയും. കാപട്യത്തിന്റെയുമളവുകൾ.

ആദ്യാനുരാഗത്തിൽ തന്നെ സാമ്രാജ്യം നേടിയവനാണ്. താൻ. നസ്രീൻ മുറിവ്തോന്നി ഉന്മാദം തേച്ചുപിടിപ്പിച്ചവളാണ്.

ഷെഹർ സ്നേഹത്തിനും പുറത്ത് കടപ്പാടുകളുടെ കേന്ദ്രമായി കഴിഞ്ഞിരുന്നു. കൂടെ വന്നവരും കൂട്ടുനിന്നവരുമെല്ലാം കൊല്ലപ്പെട്ടിരുന്നു. വന്ന കപ്പലും കൊണ്ടുവന്ന പശുക്കളുമെല്ലാം കയാസിന്റെയിടത്തായിരിക്കണം.

പരദേശികളെ കടലിലെറിഞ്ഞും എതിർത്തവരെയെല്ലാം കടൽപ്പാറകളിൽ കഴുകനു നേർച്ചവച്ചും അധിനിവേശമതിന്റെ കുറ്റൻ ലിംഗം മരുപ്പച്ചയിൽ ചൊവപ്പ് പടർത്തുന്നു. കൂട്ടങ്ങൾ നിരോധിച്ച്, സംഗീതം നിരോധിച്ച്, ബൗദ്ധിക മരവിപ്പിച്ച് ആനന്ദ പട്ടിണിയിലാഴ്ത്തിയൊരു ജനതയെ മുഴുവൻ അടിമത്വത്തിന്റെ താളത്തിലേക്ക് കയാസ് വിവർത്തനം ചെയ്തിരിക്കുന്നു.

ഇരുൾമറവിൽ തോക്കിൻത്തുമ്പുകളുടെ മണമെത്താത്തയീ മസ്റീക്കുട്ടിലേക്ക് തന്നെയെത്തിച്ച ഷെഹർ. സഹവർത്തിത്വമെന്ന കാരുണ്യത്തിൽ വിശപ്പ് തുടയ്ക്കാനവളെത്തുന്ന വഴികൾ.ഏതുനിമിഷത്തിലും തോക്കിൻ മുനമ്പ് നെറ്റിയിൽ പ്രതീക്ഷിക്കാം. ഒരു വെടിയൊച്ചയുടെ വിടവിൽ മണൽത്തരികളെ ചോര തണുപ്പിച്ചേക്കാം. അധിനിവേശത്തിന്റെ സംഗീതം രക്തയോട്ടത്തിന്റേതു മാത്രമാണ്.

കയാസിനെ വെട്ടിച്ച് ഇവിടുന്നൊരു മോചനം പ്രത്യാശയ്ക്കപ്പുറമാണ്. എല്ലാ കവാടങ്ങളേയും ചേതോഹരമാക്കുകയാണ് അവന്റെ രക്ത ചരിതം.

വിജനതയിൽ സമയം നേരമ്പോക്കുകൾ നടത്തുന്നില്ല. രാപ്പകലുകൾ മുഖം വെട്ടിച്ച് കണ്ടില്ലെന്ന ഭാവത്തിൽ നടന്നു പോകുന്നു.

ഷെഹർ മുട്ടിവിളിച്ചു.

സാഹേബ്, ഉപ്പാന്റെ പീടികേല് ഉമർന്ന് വന്നാരുന്നു. കയാസിന്റെ ഇളയ അനിയനാണ്. എന്റെടുത്ത് നല്ലോണം മിണ്ടി.

അമാനുള്ള ശ്രദ്ധാവിഹീനമായി വെള്ളം കുടിച്ചുകൊണ്ടിരുന്നു.

സാഹേബ്. ചോയിച്ചിരുന്നില്ലേ, ഒരു കത്തേലും ഗ്രാമത്തിലേക്കയക്കാൻ വഴിയുണ്ടോന്ന്,

ആം,

അക്കരെയ്ക്കു പോവുമ്പോ, ഒരു കത്തയക്കാവോന്ന് ചോദിച്ചപ്പോ ഉമർ ആവാംന്ന് പറഞ്ഞ്.

അമാനിൽ ഹരിതവിപ്ലവം പൂണ്ടു. അയാളുടെ ചുമലുകൾ തളിർത്തു.

എഴുതി തന്നാലിന്നുതന്നെയയാൾക്കെത്തിക്കാം.

ഷെഹർ കടലാസ് നീട്ടിയപ്പോൾ അമാന്റെ വിരലുകൾ വിറച്ചു. അവളുടെ മുഖത്തേക്ക് നോക്കാതെ അതു വാങ്ങി.

കനവുകൊണ്ടൊൻപതു തവണ സെരുത് നീന്തി. നിന്റെയുയിര് കണ്ടീകരവെട്ടത്തിന്റെ കണ്ണുമൂടാനാഞ്ഞു പുളയ്ക്കുകയാണ്. ഹമീരകുന്ന് തോരും വരെ കരളെറിഞ്ഞിരിക്കുക.

എഴുത്ത് മടക്കി ഷെഹറിനെയേൽപ്പിച്ച് ചുവരിലേക്ക് മടങ്ങുമ്പോൾ അയാൾക്ക് കൗതുകം തോന്നി. ഞൊടിയിടയിൽ തന്നെയതൊരു അബോധ കൗശലമായും. തിരിച്ചടുക്കുമോയെന്നറിയാത്ത ജീവിതം അരക്ഷിതയിൽ നീളുന്ന ഗതികേട്. എന്നിട്ടുമതെഴുതാനെടുത്തപ്പോളെത്ര സരസനായി മാറിയെന്നയാൾക്ക് അത്ഭുതം തോന്നി. ഒരു പക്ഷേ അതങ്ങനെയല്ലാതെയെഴുതിയിരുന്നെങ്കിൽ ഉമർതന്നെത്തിരിഞ്ഞെത്തിയേനെ. അല്ലേൽ ഷെഹർ തന്നെയത്...

അബോധത്തിന്റെ കൗശലങ്ങൾ ബോധത്തെ സാന്ത്വനിപ്പിക്കുന്ന ഏർപ്പാട് എപ്പോഴെങ്കിലുമൊക്കെ എല്ലാ ജീവിതത്തിലും ഉണ്ടാവാറില്ല.

അഹമ്മദിന്റെ പുസ്തകം ഇല തോർന്നൊരു കാടാണ്.വേനലിന്റെ ക്രൂരതകളിലെല്ലാം ശിശിരത്തിന്റെയൊപ്പുകൾ കാണാം.ഉപദ്രവമില്ലാത്ത കരിയിലകൾ കൊണ്ട് നിരത്തി വെച്ച കഥയിലവിടവിടെ മാത്രം വിറകിനൊത്തെ വരികളും, ധ്വനികളും ചിതറികിടക്കുന്നു.

ഇടയ്ക്കു നിലവിലുള്ള നിമിഷങ്ങളുടെ മുകളിൽ കേറി നിന്ന് മറ്റൊരാളായി ജീവിതത്തെ നോക്കുമ്പോളയാൾക്ക് തോന്നും. അഗ്നിപർവ്വതത്തിനു മീതെ തുണി നനച്ചിട്ടൊരു പനിക്കാലത്തെ ഇറക്കിവിടാനുള്ള വിഫലശ്രമമല്ലേയെന്ന്.

ഉപ്പുകാറ്റ് ചാറുന്ന വൈകുന്നേരം നനഞ്ഞ് ഷെഹർ വന്നു.

ഒമൻ നല്ലോന്നാണ്. അനിയനുള്ള കത്താന്നും പറഞ്ഞാ കൊടുത്തേ... അയക്കുന്ന് ഒറപ്പിച്ച് പറഞ്ഞ്. നല്ലതെന്നു തോന്നിക്കുന്ന ഏതേലുമൊക്കെ ജനാലയെല്ലാവരിലുമുണ്ടാവും കൂജ താത്തുവെച്ച് കവളിലിറ്റുന്ന വെള്ളവുമായി ഷെഹർ വന്നിരുന്നു.

അയാളെന്നാണെനിയ്ക്കുരയ്ക്ക് പോവ്വോ?

മറ്റന്നാൾ

അകലത്തിന്റെ അലകളിൽ ഹ്രസ്വനിശബ്ദതയെ ഇറക്കിവിട്ടു ഷെഹർ; അതാർക്കുള്ള എഴുത്താരുന്നു?

മുൻപേ തന്നെ പ്രതീക്ഷിച്ച ചോദ്യം.

ഗ്രാമത്തിലൊരു കൂട്ടുകാരിയുണ്ട്.

ഷെഹറൊന്നും മറുപടി പറഞ്ഞില്ല. നീണ്ട മൗനത്തിന്റെ ചില്ലറത്തുട്ടുകൾ കൂട്ടവച്ചവളിറങ്ങി.

അവളെന്താവും ആഗ്രഹിക്കുന്നത്? എന്നുമിവിടെയുണ്ടാവുമെന്ന് നിനച്ചിരിക്കുമോ? അല്ലേലൊരു നിസ്സാഹയനോടുള്ള വെറും കരുണ? എന്തായിരിക്കാം.

ഒരു സ്ത്രീയുടെ മനസ്സിലെന്തെന്നന് ഊഹിക്കുകയെന്നാൽ മരുമോട്ടിൽ കിണറു കുത്താനിറങ്ങും പോലെയാണ്. വരണ്ടമുഖങ്ങൾക്കു താഴെ ആഴത്തിലുള്ള ഉറവകളുണ്ടാവാം. നനഞ്ഞ മണ്ണിനു കീഴെ കരിമ്പാറയും. ഷെഹർ പോയി. അഹമ്മദിന്റെ പുസ്തകം തടഞ്ഞും നിവർന്നും പതഞ്ഞുപോരുന്ന അരുവിപോലെയാണ്. തെളിഞ്ഞ വെള്ളത്തിന്റെ കടുംപച്ചയോളങ്ങളിൽ നസ്രീന്റെ മുഖം കാണാം. മരുക്കാറ്റ് മൂടുന്നയുച്ചകളിലും കുന്നുകയറിവുന്ന ഓരോ നിഴലിലും ഉടൽ തെളിയും വരെ നോട്ടം വെയ്ക്കുന്നവളുടെ നിഴൽ കാണാം.

വെളിച്ചത്തെ വെട്ടിക്കൊന്ന് നല്ലകാലങ്ങളെ പേടിപ്പിച്ചകറ്റാൻ തലയറുത്തൊരു ചെറുഗോളമായി ചന്ദ്രനെ തൂക്കിയിട്ട്, നക്ഷത്രങ്ങളെ കാവൽവെച്ച് ഇരുട്ട് സ്വയംഭോഗം ചെയ്ത തുടങ്ങുന്നു.

അകലെ കടലെടുപ്പുകളിൽ നിന്ന് രാജാവിന്റെ കവിത കേൾക്കാം. ഈണമില്ലാതെയൊരു കനത്തിൽ പതറിയ ഒച്ച. ഒരു രാത്രിയുടെ വിടവിൽ ഉടമയിൽ നിന്നടിമയിലേക്ക് വേഷം മാറേണ്ടിവന്നപ്പോൾ ബോധത്തെ ഭ്രാന്തിനു കൊടുത്തയച്ച് രാജാവ്. വേദന ഇരപിടിക്കു ന്നിടത്തെല്ലാം രാത്രി കൂടുവെയ്ക്കുന്നതെന്തിനാണ്.

"ഇപ്പോളെന്റെ വീടിനുമുന്നിൽ
അവന്റെ വാതിൽക്കൽ മുട്ടിവിളിക്കാൻ പോലും
അനുവാദമില്ലാതെ നിൽക്കേണ്ടിവരുമ്പോൾ
കാറ്റൊച്ചകൾ പോലും സ്വത്വപ്രതിസന്ധിയുടെ കഴുത്തറക്കുന്നു."

അതൊരു ജനതയുടെയാത്മ കവിതയാണ്. ഭ്രാന്തൊരു അതിജീവനമാകുന്നതെങ്ങനെയെന്ന് പാടി തരികയാണ്. നിന്റെയൊന്നും ബോധമിതുവരെ കൂട്ടുവിട്ടില്ലേയെന്ന് ചോദിക്കുകയാണ്.

ഉച്ചവെയിലിൽ അഹമ്മദി നെ തുറക്കാതെ ഷെഹറിനെ നോക്കി യിരുന്നു. കാറ്റെടുക്കുമ്പോൾ പെൺകുട്ടികൾ ചിരിക്കുന്ന വീടുകളാവും. പാറുന്ന തട്ടം വീണ്ടും വീണ്ടും ചുറ്റിയിട്ട് ഷെഹർ തിളച്ച് ചൂടിൽ നിന്ന് കേറി വന്നു. ഇതിട്ടോക്ക്, ബാപ്പാന്റെയാണ്. ചേരോന്നറിയില്ല.

വസ്ത്രം കട്ടിലിന്റെയിഴകളിൽ വെച്ചുമാറുമ്പോൾ, ആദ്യമായി അവരോട് വാത്സല്യം തോന്നി.

അവൾ പോയപ്പോൾ അമാനുള്ള പൂത്തനുടുപ്പിൽ വിരലോടിച്ചു. നൂതന മെന്ന് തോന്നലൊരു കാപട്യമാണെന്നപ്പോളയാൾക്ക് തോന്നി. കള്ളം കാണിച്ച് ജയിക്കുന്നവർ തോറ്റവരെ തിരിഞ്ഞു നോക്കാതെ പരിഹാസമടക്കാൻ വെമ്പൽകൊള്ളുന്ന നിസാരത്വ മാണിത്.

രാത്രിയിലൊരു അഘോരിയെപ്പോലെ ഉറക്കം ശരീരത്തോടുള്ള എല്ലാ ഭ്രമവും തീർക്കുന്നു. വെളുപ്പാൻ കാലത്ത് നല്ല ആയിരത്തിൽ ഷെഹർ മുട്ടിവിളിച്ചപ്പോൾ ലോകമയാൾക്കൊരു അപരിചിതദേശ മായിരുന്നു. അണച്ചുള്ളവളുടെ വർത്തമാനം അതിരുകളെയെല്ലാം തല്ലിയെണീപ്പിച്ചു.

ലിനോരേല് കപ്പലടുത്ത്-അവളാഞ്ഞ് കിതക്കുന്നു.

കര കണ്ടടുത്തേയാണ്. ഒമറിന്റിക്കാ ഓരോ സ്വീകരിച്ച്

ആരാ?

കണ്ടിട്ട് പറങ്കിയെ പോലെയാണ്. ന്താലേം ഇസ്ലാമല്ലാ.

എന്തു പറയണമെന്നറിയതെ നിലച്ചുനിൽക്കുമ്പോൾ ചില്ലിൽ നിന്ന് മരുമണൽ കാറ്റെടുക്കും പോലെ പ്രഭാതം തെളിഞ്ഞു.

ലിനാരോ കിഴക്കുദേശത്തെ തുറമുഖമാണ്. പടിഞ്ഞാറു നിന്ന് പോരുമ്പോൾ ലിനാരോ കടന്ന് തെക്ക് കേറിയാണ് ലാറ്റിനമേരിക്കയിൽ രാജ്യങ്ങളിലേക്കെത്തുക, ഇതാരായാലും കയാസിന് പേടിയുള്ളവരാണ്.

തീർന്നെന്ന് തോന്നിക്കുന്നിടത്ത് പിന്നെയും കൈനീട്ടി മോഹിപ്പിക്കുന്നത് ജീവിതത്തിന്റെയൊരാനന്ദമാണ്. ചിലപ്പോൾ തുറന്നയാകാശം അല്ലെങ്കിൽ ലുക്കുകയർ അവയ്ക്കിടയിലെ ദൂരം ചെറുതല്ല.

ബാപ്പ പറഞ്ഞേവെച്ച് ലിനാരേ കടന്ന് മെഹ്ബാവ്വൾ ദേശം ചുറ്റി ദേര്യാതീരത്തൂടിയാണ് കപ്പൽച്ചാൽ.

ഷെഹറിന്റെ മനസ്സിലെന്താണെന്നൊരൂഹത്തതിനും വകയില്ല. സ്നേഹമെങ്കിലെന്നെയിവിടെ കുടുക്കാനല്ലേ അവൾ ശ്രമിക്കേണ്ടത്. അമാനിടുങ്ങിയ ചിന്തകളിലൂടെ നഴഞ്ഞു. ഒരുപക്ഷേ സ്നേഹമിങ്ങനെയുമുണ്ടാവാം.

ദേര്യാ ആളില്ലാത്ത തീരാണ്. പാറക്കൂട്ടങ്ങളാണ്. അവിടെ നിന്നാ കപ്പൽ കാണാം.

എങ്ങനെവിടെ?

ഒരുപാട് ദൂരംണ്ട് ഇപ്പോറങ്ങിയാൽ വൈകിട്ടെത്താം.

കപ്പല് കണ്ടാലും...

നോക്ക് സഹേബ്, അള്ളാ കാക്കും... അവൾ ശുഭാപ്തിയോടെ, പോണ വഴി അടയാളപ്പെടുത്താം. അണച്ച് നടക്കണം.

അവൾ തന്നെ റൊട്ടി ഇടുപ്പിൽ തിരുകി, നനഞ്ഞ പൂഴിയിൽ നിന്ന് ദിക്ക് ചൂണ്ടുമ്പോൾ ഷെഹറിന്റെ കണ്ണുകൾ ഒഴുക്കു മറന്ന കടലായി തോന്നി. അതിന്റെയാഴം ആയുസ്സിനുമപ്പുറത്താണ്. നിശ്ചലമായി നോക്കുമ്പോഴെല്ലാം കാഴ്ചകൾ ഒന്നിച്ചുപിണയാതിരിക്കുവാൻ ശ്രദ്ധിച്ചു.

വിധേയത്വമൊരു നഗ്നതയാണെന്നപ്പോളയാൾക്ക് തോന്നി. അവിശുദ്ധമായ നഗ്നതയുടെ ലോകമൊരു അപരിചിതസ്ഥലിയായി അയാൾക്ക് തോന്നിയില്ല. സ്വാർത്ഥബോധം എത്ര നിസാരമായാണ് വിധേയത്വത്തെ അട്ടിമറിക്കുന്നത്. വീണ്ടും വീണ്ടും തലചെരിച്ച് വെയിലിന്റെ മടക്കുകളിൽ കുടിയേറിയതായി അമാനുള്ളയ്ക്കു തോന്നി. ഒട്ടുവിലെ കലാടികളും സുതാര്യതയിലഴിഞ്ഞു പോവും വരെ ഷെഹറെവിടെ നിന്നിരിക്കുമെന്ന് അമാൻ വെറുതെ ചിന്തിച്ചു.

ചുട്ടുപൊള്ളുന്ന മരുഭൂമിയുടെ മോഹിപ്പിക്കുന്ന സംഗീതം അന്നാദ്യമായി അമാൻ കേട്ടു. അനാഥത്വത്തെ മടക്കിയയച്ച് അമ്മയിലേയ്ക്ക് മടങ്ങുന്നൊരു കുട്ടിയെപ്പോലെയയാളുടെ ആർജ്ജവമുയിർത്തു ക്കൊണ്ടിരുന്നു.

മണൽത്തീരം കയറിയിറങ്ങുമ്പോൾ. ചിരിച്ചുകൊണ്ട് താടിമേഘങ്ങളെ നോക്കുമ്പോൾ അവയെല്ലാം നസ്രീന്റെ കൂട്ടുകാരികളെന്നയാൾക്ക് തോന്നി. തന്റെ വരവ് ചിരിച്ചുകൊണ്ടവർ നസ്രീന്റെ കാതിൽ പറഞ്ഞേക്കും.

ദീർഘായുസ്സിൽ സാഫല്യങ്ങൾ പതഞ്ഞും കിടക്കുമ്പോലെ അപാരമായ അകലത്തിൽ ചെറു പട്ടണങ്ങൾ കൂട്ടുകെട്ടിയ ഭീകരാത്മാവാണ് മരുഭൂമി. നിറങ്ങളുടെ നഷ്ട പറുദീസകളാണ് പട്ടണങ്ങൾ. അടഞ്ഞുകിടക്കുന്ന പീടികകൾ ഉറക്കംതൊട്ട കളിസ്ഥലങ്ങൾ, ഒട്ടകപ്പൂച്ചകൾ ഒളിഞ്ഞും തെളിഞ്ഞും നീങ്ങിമാറിയ അടയാളങ്ങൾ.

അരികുകൾ ഉണങ്ങിപ്പോയ ഭൂപടങ്ങളാണ് മരുഭൂമികളെന്ന് അമാന് തോന്നി.

മെഹ്ബൂൾന് തീവണ്ടിയുടെ ശോചനീയമാണ്. നിറയെ കുരുക്കളും പാടികളുമൊക്കെയുള്ളൊരു വിളർത്ത മുഖത്തുനിന്നിറങ്ങുന്ന ഒറ്റനിറമുള്ള നീളൻ രോമങ്ങൾപോലെ തീവണ്ടിപ്പാത.

തന്നെയൊരു സംശയനോട്ടത്തിൽപോലും കൂട്ടുക്കാത്തതിൽ അമാന് അത്ഭുതമുണ്ടായില്ല. മുസൽമാന്റെ പൈതൃകത്തിനെവിടെയുമൊരേ വിതാനമാണല്ലോ. പരദേശം പതിച്ചുകൊടുത്ത സൗജന്യത്തിലമാന്റെ നെടുനീളൻ നിഴൽ വളർന്നും പിളർന്നും ദിക്ക് തേവി.

ആളുമോർമ്മയുമില്ലാതെ ദൂരമാണ് ദേര്യായുടേത്. സ്വന്തം നിഴലിനെ മാത്രം അഭിമുഖം നടത്തിയുള്ള നടപ്പ്. ഉഷ്ണമൊരു

കാട്ടുപോലെ ഘനത്തിൽ മുമ്പേ നടക്കുമ്പോഴും മുഴങ്ങി കേൾക്കാൻ പോവുന്ന സൈറന്റെ പച്ചയിൽ അമാൻ കുന്നുകളേറി.

ഒറ്റപ്പെട്ട തുരുത്തുകളിൽ കാലയണയാത്ത നിരപ്പുകളിൽ അമാനൊരു ഏകാധിപതിയായി. ഏകാന്തതയുടെയുന്മാദം അയാളെ ഏടുത്തുനോക്കുന്നതേയില്ല. കുറ്റൻ സൈന്യത്തെ തറ പറ്റിക്കാനുള്ള വീറിൽ ആഞ്ഞുവെയ്ക്കുന്ന പാദമുദ്രകളിൽ മാത്രം അഭിനിവേശം പുലർത്തി.

ദേര്യാ കറുത്ത തീരമാണ്. കടലെടുത്ത കരയ്ക്കതിര് തിരകൾ കൂർപ്പിച്ച് പാറക്കെട്ടുകളുടെ വികൃതമുഖമാണ്. തരിമണൽ തൂപ്പുന്ന ഉപ്പുറ്റിക്കാറ്റിൽ കരിമ്പാറക്കെട്ടുകൾ അവരുടേതായ ഉഷ്ണഹർഷങ്ങളിൽ പുതലിച്ചുകിടുന്നു. പാറക്കൂട്ടത്തിലുയർന്നയൊന്നിൽ കേറിയിരുന്നവൾ തന്ന റൊട്ടി നിവർത്തി. വിയർപ്പിന്റെ മറന്നു കഴിഞ്ഞിരുന്നു. കടുത്തയോളങ്ങളെ പാറക്കെട്ടിലിടിപ്പിച്ച്. ചിതറുന്ന ജലശിഖരങ്ങളുടെ വരവും പോക്കും ബോധം പോയൊരു വൃദ്ധനെപ്പോലെ ഒരേയിരുപ്പിൽ ആവർത്തിച്ചാവർത്തിച്ച് കാണുകയാണ് കടൽ.

കണ്ണെത്തുന്നിടത്തെല്ലാം വെള്ളിത്തുട്ടുപ്പാണ്.

കടൽ...... കടൽ.....

കപ്പലുകാണുമ്പോൾ ഉടുപ്പൂരി വീശാമെന്ന ചിന്ത സാധ്യതയില്ലായ്മ കൊത്തിയെടുത്തു. ഷെഹർ പറഞ്ഞുവെച്ച കരയോടടുത്താണ് കപ്പൽച്ചാൽ, ദിക്കിൽ കപ്പൽ തെളിയുമ്പോഴെ കടലിറങ്ങി നീന്താമാണിന്നിപ്പോൾ. എല്ലാ മുന്നൊരുക്കങ്ങളേയും തകർത്തുമറിക്കുന്നതിൽ ജീവിതത്തിനൊരു നീതിയുണ്ട്. അതെപ്പോഴും അപ്രതീക്ഷിതമായിരിക്കുമെന്നും അമാനുള്ളക്കറിയാം. കപ്പൽച്ചുമൽ വിദൂരതയിലേറുന്നതും നോക്കി മൂത്ത വെയിലിന്റെ പിടിയിൽ പാറയിലൊറ്റയ്ക്കമാൻ. ഷെഹർ ഇനിയും കാത്തിരിക്കുമോ? അമാന് ഷെഹറിനോട് തീവ്രമായ അനുകമ്പ തോന്നി. അകാരമായ പാപഭാരത്തിന്റെ വിള്ളൽ ഉമിനീരൊട്ടുപ്പിൽ വിറങ്ങലിച്ചു.

പറങ്കിക്കപ്പലെങ്കിൽ ആയാസമാണ് മടക്കം. മറ്റൊരെങ്കിലുമാണേലും എത്തുന്ന നാടിനോട് കിടപിടിച്ച് മടങ്ങണം. കണ്ണുനൽക്കൊള്ളാവുന്ന ക്യാൻവാസിൽ കടൽക്കയത്തിനു ചാരേ തിളവെയിലിൽ പാറക്കെട്ടിലിരിക്കുന്ന ഏകാന്ത മനുഷ്യനെ വെറുതെയമാനൊന്ന് ഉള്ളിലിട്ട് പെരുക്കി.

ഇരുളിന്റെ ചുരുളുകൾ മെല്ലെ ചുളിവുകൾ നിവർത്തിയെടുത്തണിയുന്ന ഇരുട്ടിൽ വെളിച്ചം തിരയുകയെളുപ്പമാണ്. ഇടത്തുദിക്കിലേക്ക് മിഴി കൂർപ്പിച്ച് ക്ഷീണവും, വിശപ്പും തന്റേതല്ലെന്നയാൾ നടിച്ചു.

ചത്തുപൊന്തിയ ചിന്തകൾക്കു കീഴെക്കൂടി ഒച്ചയിടാതെ നടന്നു പോയ രാത്രിയെത്ര വേഗമാണ് കാത്തിരിപ്പിന്റെ ദൂരം കവച്ചുവച്ചത്. പുതച്ചുമൂടാൻ കൊതിക്കുന്നവരെപ്പോലെ മടിച്ചുമടിച്ച് പ്രഭാതം. വെയിൽ സൂക്ഷ്മതയാർജിക്കുംവരെ അമാനെങ്ങും നോക്കിയിരുന്നില്ല.

രാത്രിയുടെ ഉലച്ചിലുകൾ പൂർണ്ണമായും അഴിഞ്ഞുപോയപ്പോൾ ചീഞ്ഞ മാംസത്തിന്റെ ഗന്ധം കാറ്റിൽ കൂട്ടുകെട്ടി. അമാന് ചെറിയൊരു ആശ്വാസം തോന്നി. ഒരുപാട് മണിക്കൂറുകളുടെ ഇടവേളയിൽ ജീവനുള്ളയൊന്നിനെയും അയാൾ കണ്ടിരുന്നില്ല. ജീവസ്സിന്റെ നാസാവ്യാപനം ക്രോധത്തിന്റെ പാറമേടുകളിലേക്കയാളെയിറക്കി.

ആർത്തലയ്ക്കുന്ന പാറക്കൂട്ടത്തിൽ നിന്നുമാറി പൂഴിയുടെ നെഞ്ചിൽ അഴുകിയ ഒട്ടകജഡം. തൊലിയുമുടലിന്റേയോറെയുമൊക്കെ പക്ഷികളെടുത്തിരുന്നു. കോടിയ മുഖം നനഞ്ഞ മണ്ണോടൊട്ടി നിരതെറ്റിയ പല്ലുകളുടെ വിടവിൽ പുഴുക്കൾ നുരച്ചിരുന്നു. അറ്റുപോയ കുളമ്പ് കുഴഞ്ഞ മണ്ണിൽ പാതിമറഞ്ഞ് നരകളെയോമനിക്കുന്നു. തിരിച്ചു നടക്കുമ്പോൾ പേശികൾ നാടുവിട്ടുപോയ ദേശത്തേയ്ക്ക് തിരിച്ചുപോവുന്നതുപോലെ അമാന് തോന്നി.

ഏതു പ്രതിസന്ധിയിലും കെട്ടുപോവാത്ത ചെറു സംഗീതങ്ങളുണ്ട് ഉൾതിരിവുകളിൽ. എല്ലാ കോലാഹലങ്ങൾക്കും പിന്നിലത് മധുരമായി തുടിച്ചുകൊണ്ടേയിരിക്കും. ചെവിയോർക്കാനൊരുമില്ലെന്നറിഞ്ഞുകൊണ്ടുതന്നെ. അമാനിപ്പോൾ സ്വയം കേൾക്കാം. എല്ലാ വിഹ്വലതകളെയും മറ്റെവിടെയോ പൂട്ടിയിട്ട് തൊറ്റുപോയൊരു ആരവത്തെ തിരയുകയാണത്.

ഖേദഹർഷങ്ങളുടെ ഒറ്റത്തുരത്തായി ഉലകപ്പോളുരുണ്ടുകൂടി. പിന്നിട്ട വഴികൾക്കെല്ലാമോരേയുടൽ - ചിതറിയ തലകൾ തട്ടിക്കളിച്ചോർമ്മകൾ.

പൂട്ടിപ്പോയ നിലയത്തിലെ സംപ്രേഷണത്തിലില്ലാത്ത ആ ഗാനം വീണ്ടും കേട്ടതിന്റെ ചൊടിപ്പിൽ പാറക്കൂട്ടങ്ങൾ വിയർത്തു. നാടുവിട്ടുപോയ ശബ്ദങ്ങൾ തിരിച്ചെത്തുന്നയാരവത്തിൽ തിരയേൽക്കുന്ന

കര ഓർമ്മകളെ വെച്ച മാറാനായുമ്പോൾ അവസാന നരയേയും ളുത്തെടുത്ത് മറവി നഗ്നമായിറിങ്ങിയോടി.

നിലച്ചുപോയ പുഴയുടെ അറ്റുപോയ മുറിവിൽ കിടന്ന് പിടയ്ക്കു ന്നൊരു കൊള്ളിമീനാണ് താനെന്നപ്പോൾ അമാന് തോന്നി. അപ്പോഴും കടൽപ്പരപ്പിനു മീതെ ഒച്ചയിട്ട് താടിമേഘങ്ങളെ തൊടാതെ പക്ഷികൾ പലായനം ചെയ്തുകൊണ്ടിരുന്നു.

●

കാംബോജിക്കും അപ്പുറം

നയനതാര

ഇളം കാപ്പി നിറത്തിൽ, തടിച്ച് ഉരുണ്ട ഒരു കരടിക്കുട്ടന്റെ പാവയെയാണ് ഞാൻ അവസാനമായി എടുത്തു വച്ചത്. അതിന്റെ കഴുത്തിലെ ചുവന്ന പട്ട; തെളിഞ്ഞ നിലാവിൽ ചെറിതായി തിളങ്ങുന്നുണ്ട്. ഓട്ടോഗ്രാഫുകൾ, പലരുമൊത്തുള്ള ഫോട്ടോകൾ പ്രിയപ്പെട്ട പുസ്തകങ്ങൾ... ഓർമകളാണല്ലോ പണത്തിനേക്കാളും പ്രധാനം. 'ആൻ ഫ്രാങ്കിന്റെ ഡയറിക്കുറിപ്പികൾ' അലമാരയിലെ ചില്ലിനു പിറകിൽ നിന്നും ഞാൻ പുറത്തെടുത്തു. ആദ്യത്തെ പേജിൽ, ചതുര വെടവിലെ അക്ഷരങ്ങളിൽ കറുത്ത മഷികൊണ്ട് സ്നേഹപൂർവം അമ്മ എന്ന് എഴുതിയിരുന്നു. എനിക്കോർമയുണ്ട്, എന്റെ പതിനൊന്നാം പിറന്നാളിന് അമ്മ തന്നതാണാ പുസ്തകം 'നാലുകെട്ടിന്റെ ഒന്നാം പേജിൽ അച്ഛന്റെ നീണ്ട ഒപ്പ്. പത്തിൽ പഠിക്കുമ്പോഴാണ് അച്ഛനത് തന്നത്. ഇപ്പോൾ ഇട്ടിരിക്കുന്ന ഈ ഇളം നില ചുരിദാർ കഴിഞ്ഞ പിറന്നാളിന് രണ്ടുപേരും കൂടി വാങ്ങിത്തന്ന താണ്. എവിടെത്തിരിഞ്ഞാലും അച്ഛനും അമ്മയും മാത്രമാണല്ലോ. പക്ഷേ അവനവിടെ കാത്തിരിക്കുകയാണ്. ഫോണെടുത്ത് ഒന്നു വിളിച്ചാൽമതി. ഇനി ഞങ്ങൾക്കിടയിൽ ഫോണികമ്പിയുടെ വേലി ക്കെട്ടുകളില്ല. പറഞ്ഞ സമയം കഴിഞ്ഞതിനാലാവണം അവന്റെ മെസ്സേജ് ഫോണിലേക്ക് വീണു. മിസ്ഡ് കോളുകൾ മെസേജുകൾ അങ്ങനെയൊക്കെയാണ് ഞാനവനെ അറിഞ്ഞതത്..

പത്താം ക്ലാസ് കഴിഞ്ഞതിനുശേഷമുള്ള ഒരു വിഷുവിനാണ് അച്ഛനും അമ്മയും എനിക്ക് ഫോൺ വാങ്ങിത്തന്നത്. എന്നെ അധികമാരും വിളിക്കാഞ്ഞതിനാൽ ഇങ്ങോട്ടു വന്ന മിസഡ് കോളുകളിലെ നമ്പരുകളിലേക്കെല്ലാം ഞാൻ തിരികെ വിളിച്ചു. മിക്കപ്പോഴും അതെല്ലാം മറ്റാർക്കെങ്കിലുമുള്ള വിളികളായിരുന്നു. ഒളിച്ചുംപാത്തും കളിക്കുന്ന രസത്തിൽ ഞാനവരെ പറ്റിച്ചു. ഫോണുകളുടെ അകലം നൽകുന്ന സുരക്ഷിതത്വത്തിൽ ഞാനവരോട് എനിക്ക് തോന്നിയതെല്ലാം പറഞ്ഞു.

ആ കളിയിലെ രസം മൂത്ത ഒരു ദിവസമാണ് ഞാനവന്റെ ഫോണിലേക്ക് വിളിച്ചത്. അന്ന് രാവിലെ എന്റെ ഫോണിലേക്ക് വന്ന ഏതോ ഒരു പത്തക്കഫോൺ നമ്പർ മാത്രമായിരുന്നു ആദ്യമെനിക്കവൻ. ഫോണെടുത്തയുടൻ കാംബോജിയിൽ പതിഞ്ഞ ഒരു പദം കനമുള്ള ഒരു ആൺ ശബ്ദം പാടിത്തുടങ്ങി. ഒന്നും പറയാനാവാതെ ഞാനതിൽ പഞ്ഞിമിഠായിപോലെ അലിഞ്ഞുപോയി. അങ്ങേത്തലയ്ക്കൽ വീണയുടെ നേർത്തശബ്ദവും ഞാൻ കേട്ടു. എല്ലാം നിലച്ചതിനുശേഷവും നിശ്ശബ്ദമായ സംഗീതം ഉയരുന്നുണ്ട്. 'കാർത്തികേ...' എന്റെ പേര് ഇത്രയും മധുരമായി വിളിക്കാം എന്ന് ഞാനറിഞ്ഞിരുന്നില്ല. ഇതുവരെ പിന്നെ അവൻ സ്വയം പരിചയപ്പെടുത്തി. ഏതോ ഒരുത്സവത്തിന്റെ വെടിക്കെട്ടിനിടയിൽ എന്നെ ആദ്യമായി കണ്ടതിനെക്കുറിച്ച് പറഞ്ഞു. അന്ന് ഞാനിട്ടിരുന്ന ഇളം പച്ചയിൽ വെള്ളത്ത മയിലുകളും നീല മയിൽപ്പീലികളുമുള്ള പട്ടുപാവാടയുടെ ഞൊറിവുകളുടെ ഉലച്ചിലും കുഞ്ഞു ജിമിക്കിയുടെ ആട്ടങ്ങളും തിളക്കം മാറാത്ത പാദസരത്തിന്റെ കിലുക്കവും അവനിന്നും ഓർക്കുന്നതായി പറഞ്ഞു. ഇടം കവിളിലെ മറുക് അവനെ മോഹിപ്പിച്ചതായും അവന്റെ വീണയുടെ താളം എന്റെ ഹൃദയതാളമായി മാറിയത് നേരിയ അൽഭുതത്തോടെ ഞാനറിഞ്ഞു. "ദേ വേണ്ടാതീനൊന്നും കാട്ടണ്ടട്ടോ ഇത് വരെ കണ്ടിട്ടില്ലാത്ത, മര്യാദക്കൊന്ന് മിണ്ടീറ്റുകൂടില്ലാത്ത അറിയാത്ത ചെക്കൻമാരോട് വർത്തമാനം പറേണ്ടത് പൊട്ടത്തരം തന്ന്യാണേ." പിറ്റേന്നത് പറഞ്ഞപ്പോൾ ഷാഹിന പറഞ്ഞു. അവളുടെ കറുത്ത തട്ടവും മൈലാഞ്ചിക്കയ്യും കുട്ടൂപുരികവും വേണ്ടാവേണ്ടാന്ന് എന്നെ വിലക്കി. പക്ഷേ കല്യാണിയും കംബോജിയും എനിക്കു ധൈര്യം പകർന്നു. സ്വരഭേദങ്ങളുടെ കയറ്റിറക്കങ്ങളിൽ ഞാൻ ഞാനല്ലാതായി.

ഒരു സ്വാതിതിരുനാൾ കീർത്തനം അവൻ പാടുന്നത് ഞാൻ കേൾക്കുമ്പോൾ അമ്മ അടുത്തുവന്നു. അവന്റെ ശബ്ദം അമ്മ കേട്ടു. പക്ഷേ ഒന്ന് സംശയിക്കുക കൂടി ചെയ്യാതെ അമ്മ എന്നോട് സ്നേഹ പൂർവ്വം ചിരിച്ചു. 'അച്ഛൻ നിനക്കക് പരിപ്പുവട കൊണ്ട് വന്നിട്ടുണ്ട്, നീ വേഗം വാ ട്ടോ' അമ്മയത് പറഞ്ഞു കഴിഞ്ഞപ്പോൾ എവിടെ നിന്നോ ഒരു സങ്കടം എന്നെ പൊതിഞ്ഞു. അന്ന് തന്നെ ഞാനവനോട് പറഞ്ഞു. "നമുക്ക് പോകാം." എങ്ങോട്ടെന്ന് അവൻ ചോദിച്ചില്ല. ഞാൻ പറഞ്ഞതുമില്ല. എന്റെ ഫോണിൽ മിസ്ഡ് കോളുകൾ എന്നും വരുന്നത് അച്ഛൻ ശ്രദ്ധിച്ചു." ആരാ മോളേ എന്നും മിസഡ് കോൾ മാത്രം അടിക്കുന്ന പിശുക്കൻ?" കൺമഷിയിട്ട് കറുപ്പിച്ച മീശകൂടി ഇളക്കി അച്ഛൻ ചിരിച്ചു. സ്നേഹത്തോടെ ഞാൻ അച്ഛനെ കെട്ടിപ്പിടിച്ചു. ഒരു സ്വർണ ചെമ്പകമായി അവനെന്നിൽ അപ്പോഴും പൂത്തുലഞ്ഞു. ഒടുവിൽ ഞങ്ങൾ തീരുമാനിച്ചു. ഇന്ന്. അതെ, ഇന്നാണ് ഈ വീട്ടിലെ എന്റെ അവസാന രാത്രി ഇനി ചാരനിറത്തിൽ പച്ചക്ക ണ്ണുകളുള്ള എന്റെ സുന്ദരിപ്പൂച്ചയില്ല. കിടപ്പുമുറിയിലെ ജാലകത്തിനപ്പു റത്തെ ചതുര ആകാശമില്ല. ഇതുവരെ ചിരിച്ചിട്ടില്ലാത്ത അയൽക്കാരി വല്യമ്മയില്ല. പറമ്പിന്റെ കിഴക്കേ അതിരായി അച്ഛനൊപ്പം ഞാൻ നട്ടമൊട്ടു ചെമ്പരത്തികളില്ല. അമ്മയുടെ ചീത്തപറച്ചിലുകളും അച്ഛന്റെ കളിയാക്കലുകളുമില്ല. അല്ല. അച്ഛനും അമ്മയും തന്നെയിനിയില്ല ല്ലോ എന്റെ ജീവിതത്തിൽ, എന്റെയുള്ളിൽ ഒരു ചില്ലുപാത്രമുടഞ്ഞു. അതിന്റെ ചീളുകൾ കുത്തിക്കേറി ഹൃദയം മുറിഞ്ഞു.

ഒരു മിസ്ഡ് കോളിന്റെ അകലത്തിലെ എനിക്കവനെയറിയൂ. ഇതുവരെ കണ്ടിട്ടില്ല. അവൻ ചിരിക്കുന്ന തെങ്ങനെ, കണ്ണുകളെങ്ങനെ, കഷണ്ടിയുണ്ടോ എന്നൊന്നും അറിയില്ല. ആ മിസഡ്കോളിന്റെ ദൂരം കുറവാണെന്ന് ഞാൻ വിശ്വസിച്ചു. പക്ഷേ ജനിച്ചയന്നുമുതൽ ഞാൻ അറിയുന്ന രണ്ടുപേർ ഒരു വാതിലിനപ്പുറത്ത് ഉറങ്ങിക്കിടക്കുന്നു.

അച്ഛനും അമ്മയും ഉറങ്ങുന്ന മുറിയിലേക്ക് ഞാൻ മിണ്ടാതെ ശബ്ദമുണ്ടാക്കാതെ കടന്നു ചെന്നു. നടുവേദന ഉള്ളതുകൊണ്ട് അച്ഛൻ നിലത്താണ് കിടക്കുന്നത്. കൂർക്കം വലിക്കനുസരിച്ച് ഉയർന്നു താഴുന്ന കുഞ്ഞു കുടവയർ. അച്ഛന്റെ വയറ്റിൽ കിടന്നുറങ്ങാൻ എനി ക്കിഷ്ടമായിരുന്നു. അമ്മയൊന്ന് തിരിഞ്ഞുകിടന്നു വീണ്ടുകീറിയ കാൽപാദങ്ങൾക്കു മുകളിലേക്ക് കമ്പിളിയിട്ടു കൊടുത്തു. നാല് മണിക്കെണീറ്റ് പഠിക്കുമ്പോൾ എനിക്കു മുമ്പേയുണർന്ന് കാപ്പി

വെക്കുകയും ഞാനുറങ്ങാതിരിക്കാൻ പാതിരാ കഴിഞ്ഞിട്ടും ഉറക്കം തൂങ്ങിക്കൊണ്ട് കൂട്ടിരിക്കുകയും ചെയ്യുന്ന അമ്മയെ ഞാൻ ഓർത്തു. നടുവേദന മറന്ന് എനിക്കുവേണ്ടി ബസ്സ് ഓടിപ്പിടിക്കുന്ന അച്ഛനെ ഓർത്തു. ഞങ്ങൾ മൂവരും ഒന്നിച്ച് നട്ട മഞ്ഞമന്ദാരങ്ങളെയോർത്തു ഞാൻ തിരിച്ച് നടന്നു. കരടിക്കുട്ടനെയും പുസ്തകങ്ങളെയും അലമാരയിൽ തിരികെ വെച്ചു തുടങ്ങി. ദൂരെ ഒരു കാംബോജി നിശ്ശബ്ദതയിൽ വീണുടഞ്ഞു.

●

മാധ്യമൻ 2017

ജിഷ്ണു കെ. നായർ

മനുവിന്റെ സന്തോഷം കണ്ടപ്പോൾ അനികക്ക് അത്ഭുതം അടക്കാനായില്ല. ആരോടും ഇളിക്കാതെ എല്ലാവരോടും ചിരിച്ച് ഓഫീസിനുള്ളിൽ ഓടിനടന്നപ്പോൾ, ഈ അടുത്തകാലത്തൊന്നും ഇത്രയും നല്ലൊരു മുഖം അയാൾക്ക് ഉണ്ടായിട്ടില്ലെന്ന് അവൾ ഓർത്തു. പക്ഷെ അനികയുടെ സന്തോഷത്തിൽ ഭയന്നുപോയത് രൂപേഷാണ്. അനിക അത്ഭുതപ്പെട്ടാലും ചീഫ് എഡിറ്ററുടെ വഴക്ക് അവനാണ്.

പതിവുപോലെ നേരിട്ടൊരന്വേഷണത്തിനുമുതിരാതെ കാര്യകാരണങ്ങൾ പൊതുവിൽ ചികഞ്ഞെടുക്കാൻ ശ്രമിക്കുന്നതിനിടയിൽ മനു അനികയോടൊന്ന് ചിരിക്കുകകൂടി ചെയ്തു. രാവിലെ എം. ഡി. യുടെ നിർബന്ധത്തിൽ കാറിൽ കയറി എയർപോർട്ടിലേക്ക് പോകുമ്പോൾ ആ മുഖത്തുകണ്ട ചോരത്തുടിപ്പ് വേറൊരു ഭാവത്തിൽ തിരികെയെത്തിയത് അവൾ ശ്രദ്ധിച്ചു.

പലരും പലതും പറഞ്ഞതിലൂടെ, മനുവിന്റെ തെളിമ ആ സ്ഥാപനത്തെയാകെ ഭയപ്പെടുത്തുന്നതായി അവൾക്കുതോന്നി. ഇതൊന്നും അത്ര നിസ്സാരമല്ല. എം.ഡി.യുടെ നിർബന്ധത്തിൽ മനസ്സില്ലാതെ 'അവസാന ചാനൽയാത്ര' നടത്തി പ്രണവ്സാറിനെ എയർപോർട്ടിൽ കൊണ്ടാക്കാൻ പോയതാണ് രാവിലെ.വലിഞ്ഞുമുറുകിയ ആ പ്രശസ്ത ഉത്തരേന്ത്യൻ ബുദ്ധിജീവി മാധ്യമന് എങ്ങനെയാണ് മനുഷ്യനെ ചിരിപ്പിക്കാനാവുക! ഒരു മണിക്കൂർ ചാനൽ ചർച്ചക്ക്

വെറും അരമണിക്കൂർ കാറ് യാത്രക്കുമുന്നിൽ തോൽക്കുക വയ്യ.

ഒരു പ്രത്യേക അസൈൻമെന്റുമായി ബീഹാറിൽ നിന്നെത്തിയ ആ മനുഷ്യൻ കഴിഞ്ഞ മൂന്ന ദിവസമായി തന്റെ മുടന്തൻ കാലും കൊണ്ട് ഇവിടമാകെ ഓടി നടക്കുകയായിരുന്നു. അയാളുടെ ഭാവം കണ്ടാൽ ഇവിടെയുള്ളവർ വലിയ വിപ്ലവം സംഘടിപ്പിക്കുകയാണെന്ന് തോന്നും.

തലച്ചോറുകൊത്തിപ്പെറുക്കുന്നത് മതിയാക്കി ചില ചോദ്യംചെയ്യലുകളിലേക്ക് കടന്നപ്പോഴേക്കും, അനികക്കരികിലേക്ക് പ്രീതി ഫോണുമായി ഓടിയെത്തി. മനുവിന്റെ അച്ഛന്റെ പന്ത്രണ്ട്മിസ്സ്ഡ് കാൾസ് കണ്ടപ്പോൾതന്നെ അനിക രണ്ട് അർജന്റ് ലീവ് ഫോമുകൾ മനസ്സിൽ പൂരിപ്പിച്ചു.

‘പറമ്പിൽക്കേണ്ടെന്ന് വിളിച്ചുപറഞ്ഞല്ലോ അവൻ. എന്തായിപ്പോ ഇങ്ങനെ? അടുത്തമാസം പണം കൊടുത്തില്ലെങ്കിൽ പറഞ്ഞുവെച്ച പ്യൂൺ പോസ്റ്റ് പോകും. പറമ്പിലെ തേങ്ങകൊണ്ട് ചെലവ് കഴിയില്ലെന്ന് മോള്തന്നെ പറഞ്ഞേക്ക്.’

ഒന്നുരണ്ട് അതിഥികളിലേക്കുകൂടി പോകേണ്ടതുള്ളതുകൊണ്ട് അച്ഛനോട് പിന്നെ വിളിക്കാമെന്നു പറഞ്ഞ് അനിക ലീവ് ഫോമുകൾ ചുരുട്ടിയെറിഞ്ഞു.

മനുവിന്റെ സന്തോഷത്തിന് വലിയ കാരണമുണ്ടെന്ന് മനസ്സിലായതോടെ ചർച്ചചൂടായി. പക്ഷെ, സമയമോർമിപ്പിച്ച് രൂപേഷ് ഇടപെട്ടതുകൊണ്ട് അവൾ എഴുന്നേറ്റ് മേക്കപ്പ് റൂമിലേക്ക് പോയി. രാമണ്ണൻ പണി തുടങ്ങിയപ്പോൾ ഫോണിൽ പി.എസ്.സി. കോച്ചിങ് സെന്ററിലെ മെസ്സേജ് വന്നു. അഡ്മിഷൻ കാൻസൽ ചെയ്താൽ അഡ്വാൻസ് കൊടുത്തപണം തിരികെ നൽകില്ലത്രെ. വീട്ടിൽ വെറുതെയിരിക്കേണ്ടിവരുമെന്ന് പറഞ്ഞ് മനു തന്നെയാണ് ഇന്നലെ നിർബന്ധിച്ച് അവിടെകൊണ്ടുപോയി ചേർത്തത്.

മുഖം ഒരട്ടിയിൽ കവിഞ്ഞപ്പോൾ അനിക പഴയ നിസ്സംഗതവീണ്ടെടുത്തു. എം.ഡി. യോട് രണ്ട് വർത്തമാനം പറഞ്ഞ് ഓഫീസിൽ നിന്നും ഇറങ്ങിപോകുന്ന രംഗത്തിന് മുമ്പിലേക്ക് മറ്റൊരു ബ്രേക്കിങ് ന്യൂസ് വന്നുകയറിയത് അവളറിഞ്ഞിരുന്നു.

വാർത്തവായിച്ചുതുടങ്ങിയപ്പോൾ, പതിവുപോലെ ക്യാമറക്കുപിന്നിൽ കൈകെട്ടി നിൽക്കുന്ന മനുവിനെ അനിക ശ്രദ്ധിച്ചു.പക്ഷെ, 'പി. ജി. ചെയ്യുമ്പോൾതന്നെ നെറ്റും ജെ. ആർ. എഫും എഴുതിയെടുത്ത ഈ പെണ്ണിനെ ഗവേഷണത്തിനു പോകാൻ സമ്മതിക്കാതെ ഇങ്ങോട്ട് വലിച്ചിഴച്ചതെന്തിനായിരുന്നു!' എന്ന സ്ഥിരം നീളൻ ആത്മഗതം കേൾക്കാത്തതുകൊണ്ടാകണം ക്യാമറാമാൻ നവീൻ ഇടക്കിടെ തിരിഞ്ഞുനോക്കുന്നുണ്ടായിരുന്നു.

കഴിഞ്ഞ ദിവസം താൻ ന്യൂസ്സെസ്റ്ററിൽ രാഷ്ട്രീയക്കാരോട് വായിട്ടലക്കുമ്പോൾ മനുവിനൊപ്പം ക്യാമറക്കുപിന്നിൽ അന്തംവിട്ടുനിന്ന പ്രണവ് കുമാറിനെ അനിക അപ്പോൾ ഓർത്തു. അയാളുടെ അത്ഭുതം കണ്ടപ്പോഴും രൂപേഷ് പേടിച്ചിരുന്നു.

'ഇയാളുടെ ചാനലിൽ പെണ്ണുങ്ങളില്ലേ..... അല്ലെങ്കിലും നോട്ടത്തിന് ബുദ്ധിജീവിഭേദമില്ലല്ലോ!'

മേക്കപ്പ് തുടക്കുന്നതിനിടയിൽ വെറുതെ പറഞ്ഞത് രൂപേഷ്ക്കേട്ടിരുന്നു.

'അയാളുടെ നാട്ടിലെ പെണ്ണുങ്ങൾ രാത്രി പുറത്തിറങ്ങുകകൂടിയില്ല. പിന്നല്ലേ ന്യൂസ്സെസ്റ്റർ'

അവനന്നുപറഞ്ഞത് ഓർത്തപ്പോൾ മനുവിന്റെ സന്തോഷകാരണം വിസ്താരത്തിനായി കരുതി വെച്ചിരുന്ന മൂന്നാൾക്കാരെ അനിക പാനലിൽ നിന്നും നിഷ്കരുണം പുറത്താക്കി.

മനുവിനെ കാക്കാതെ കാന്റീനിൽ പോയി ഒരു ഉഴുന്നുവടയുടെ ഓട്ട നിഷ്പ്രഭമാക്കി ജയിച്ചിരിക്കുമ്പോഴാണ് അവൻ എം.ഡി.യുടെ ക്യാബിനിൽ മാപ്പുപറയാൻ പോയവിവരം പ്രീത വന്നുപറഞ്ഞത്.

കഴിഞ്ഞ ദിവസം രാത്രി പെട്ടെന്നു കേട്ട വെടിയൊച്ചയിൽ ഞെട്ടി, ഉറങ്ങിക്കിടന്നിരുന്ന തന്നെയും വാരിവലിച്ച് കാറിലിട്ട് ഇങ്ങോട്ടുകുതിച്ച മനു ഇപ്പോൾ നിൽക്കുന്ന സ്ഥലമോർത്തപ്പോൾ അനികയുടെ ഉള്ളിൽ ചെറിയൊരു തെളിച്ചമുണ്ടായി. തീരെ ഭയക്കാതെ അന്നു രാത്രി മുഴുവൻ അവനൊച്ചയിട്ടു. വെടിയുണ്ടകൾ ഓരോരുത്തർക്കും വേണ്ടി കരുതിവെച്ചിരിക്കുകയാണെന്ന് പറഞ്ഞുകൊണ്ടേയിരുന്നു. പക്ഷെ രാവിലെ ആയപ്പോഴേക്കും ശവം കാണാതായി. ചോരക്കറപോലുമില്ല. രാവിലെ പ്രമുഖ നടൻ ജയിലിൽ നിന്നും അച്ഛന് ശ്രാദ്ധമൂട്ടാനെത്തിയിരുന്നു. അന്ന് എം. ഡിയുടെ ക്യാബിനിൽ കയറി

അയാളെ ആവും വിധം വഴക്കു പറഞ്ഞ മനുവിനെയും, ഇപ്പോൾ അയാളുടെ ക്ലീൻഷേവ് മോന്തയിൽ ചെടിക്കാതെ നിന്ന് ചിരിച്ച് മാപ്പുവാങ്ങുന്ന മനുവിനെയും മനസ്സിൽ താരതമ്യം ചെയ്തുകൊണ്ട് അനിക തന്റെ അന്വേഷണം അവസാനിപ്പിച്ചു.

രാത്രിയിൽ അനിക തലേന്നത്തെ മീൻകറി ചൂടാക്കുന്ന നേരമത്രയും മനു അമ്മയോട് ഫോണിൽ സംസാരിക്കുകയായിരുന്നു. അമ്മയിനി ഒരു വർഷത്തേക്ക് പരാതി പറയില്ല.

'മീൻകറിയില്ലേ?'

തന്റെ ഊഹം തെറ്റിക്കാത്ത മനുവിന്റെ ചോദ്യത്തിൽ നിറഞ്ഞ് വലിയൊരു മത്തിക്കഷ്ണം അവൾ അവന്റെ പ്ലേറ്റിലിട്ടുകൊടുത്തു. പിന്നെ അടുത്തിരുന്ന്, പണ്ട് കോളേജ് കാന്റീനിലിരുന്ന ചെയ്യും പോലെ അവന്റെ കാലുകൾക്കിടയിലേക്ക് കാലെത്തിച്ചു.

'കാലുകൾ നഷ്ടപ്പെടുത്തരുത്; അത് കുത്താനുള്ള ഇടവും. നിൽക്കാൻ കഴിയുന്നതുതന്നെ വലിയ ഭാഗ്യം.'

കേൾക്കാത്ത ഭാവത്തിൽ അനിക മീൻകറിയും മോരും ചോറും ഒരുമിച്ച് കുഴച്ചപ്പോൾ, രാവിലെ വായിൽ നിന്നും ബർഗർ കഷ്ണങ്ങൾ തെറിപ്പിച്ച് ഇതുപറഞ്ഞ പ്രണവിനെ മനു ഓർത്തു.

'പാവം പ്രണവ് സാർ. എന്നോടുള്ള അസൂയയിൽ ഉറങ്ങാതിരിക്കുന്നുണ്ടാകും.'

അനിക തലയുയർത്തി നോക്കി.

'സ്വാതന്ത്ര്യദിനത്തിന്റെ ശ്വാസക്കുരുതി പോലും നമ്മുടെ ചാനലിൽ നിന്നാണത്രേ അയാൾ അറിഞ്ഞത്.'

'പാവം മുടന്തൻ' അനിക മനുവിന്റെ കാലിലെ രോമങ്ങളിൽ തള്ളവിരൽകൊണ്ടുരസിപറഞ്ഞു.

'ഏയ്... അയാൾ മുടന്തനൊന്നുമല്ല. മുടന്തഭിനയിച്ചതാണ്. കാലില്ലാതാവുന്നതിനേക്കാൾ നല്ലതല്ലേ! പക്ഷെ മൂന്നു ദിവസം ഇവിടെ നടത്തിയ അഭിനയത്തിൽ അയാൾക്ക് നല്ല കുറ്റബോധമുണ്ട്.'

മനുവിന്റെ തെളിച്ചം ഇരട്ടിയളവിൽ സ്വീകരിച്ച അനിക മത്തിചാറ് പറ്റിപ്പിടിച്ച തന്റെ ചുണ്ടുകൊണ്ട് അവനൊരുമ്മ കൊടുത്തു. എഴുന്നേറ്റ് ഫ്ലാറ്റിനു താഴെയുള്ള മേരിചേച്ചിയുടെ ഹോട്ടലിൽവിളിച്ച് രണ്ട് ബീഫ് ഫ്രൈ ഓർഡർ ചെയ്ത്, എ.സി. ഓഫാക്കി തിരികെവന്ന്

ഇരുന്നു. പിന്നെ, തന്റെ സന്തോഷത്തിന്റെ കാരണംനാളെ ആരാണ് അന്വേഷിക്കുകയെന്ന് ഓർത്ത്, ഓഫീസിലെ ഓരോരുത്തരുടെയും പേരുകൾ മനസ്സിൽ ഉരുവിട്ട്കൊണ്ട് ഒരു കുഞ്ഞൻമത്തിത്തല വായിലിട്ട് ചവക്കാൻ തുടങ്ങി.

●

കേരളത്തിലില്ലാത്ത ഒരിടം...

ജുബിൻ രാജ് ഒറ്റിപ്പടത്തിൽ

"ആ മഴേത്ത് കളിക്കാതെ അകത്തേക്ക് കേറി വരണുണ്ടോ മീനാക്ഷീ യ്യ്.. ?'

അമ്മ അടുക്കളയുടെ കിളിവാതിലിലൂടെ വിളിച്ചു ചോദിച്ചു...

'ഇപ്പൊ വരാമ്മേ...

ഈ നന്ദിനിക്കുട്ടി ഇവിടെ നിന്ന് മഴ കൊള്ളാ.. ഞാൻ അതിനെ തൊഴുത്തിലാക്കട്ടെ...'

'ഇങ്ങട് വാ.. ഞാൻ തല തോർത്തി തരാം...

മഴ കൊണ്ട് പനി പിടിപ്പിച്ചോ.. ഇന്ന് പോവാൻ ള്ളതാണെന്നൊന്നും ഓർക്കണ്ടാ ട്ടോ..' അമ്മ ദേഷ്യത്തോടെ പറഞ്ഞു...

ഇതു കേട്ടപ്പോ മീനാക്ഷിയുടെ മുഖം വാടി..

അവളുടെ മുഖം കണ്ടപ്പോ അമ്മയ്ക്കും തോന്നി..

അങ്ങനെ പറയണ്ടായിരുന്നൂന്ന്...

'വേഗം പോയി ഒരുങ്ങിക്കോ..

അച്ഛൻ ഇപ്പൊ ഓട്ടോർഷേം വിളിച്ചു വരും...

ആ.. ഒരു കാര്യം പറയാൻ മറന്നു..

ഇപ്രാവശ്യം അന്നെ കൊണ്ടാക്കാൻ അന്റെ അപ്പൂം രമ്യേച്ചീം വരണുണ്ട് ത്രേ.. !'

ഇതു കേട്ടപ്പോ മീനാക്ഷീടെ മുഖമൊന്നു തെളിഞ്ഞു...

അവൾ ധൃതിയിൽ അവളുടെ മുറിയിലേക്കോടി...

മുറ്റത്ത് ഓട്ടോറിക്ഷയുടെ ശബ്ദം കേട്ടു...

'എല്ലാരും റെഡിയായില്ല്യേ.. ?എറങ്ങാൻ നോക്കല്ലേ ന്നാ.. ?' ഗോപി മാഷ് വീട്ടിനകത്തേക്ക് പ്രവേശിച്ചുകൊണ്ടു ചോദിച്ചു...

'ഉവ്വച്ചാ..

ഇറങ്ങാം..'

മഴ തോർന്നെങ്കിലും വെള്ളം കെട്ടിക്കിടക്കുന്ന പൊളിഞ്ഞ റോഡിലൂടെ ഓട്ടോ പോയ് മറഞ്ഞു...

'മോനേ വണ്ടി ഒന്ന് സൈഡാക്കിയേ..

രണ്ടാളും കൂടെ കേറാനുണ്ട്...'

ഓട്ടോ ഡ്രൈവറുടെ തോളിൽ തട്ടിക്കൊണ്ട് ഗോപി മാഷ് പറഞ്ഞു...

ഒരു പത്തിരുപത്തഞ്ചു വയസ്സു പ്രായം തോന്നിക്കുന്ന ഒരു അമ്മയും, ഒരാൺകുട്ടിയും ഓട്ടോയിലേക്ക് കയറി...

ആൺകുട്ടിയെ മടിയിലേക്ക് ഇരുത്തിക്കൊണ്ട് മീനാക്ഷി ചോദിച്ചു..

'ചെക്കനാളങ്ങ് വല്യതായിപ്പോയല്ലോ.. !

ഇപ്പോ എത്രാം ക്ലാസിലെത്തി യ്യ്.. ?'

'ഞ്ഞി രണ്ടിൽക്ക്യ്..' ഇത്തിരി നാണത്തോടെ അപ്പു പറഞ്ഞു...

'ചേച്ചി ഇപ്പൊ എത്രേലാ.. ?' അപ്പു ചോദിച്ചു..

'ഞാൻ പ്ലസ് വണ്ണില്..' മീനാക്ഷി പറഞ്ഞു..

അപ്പോഴേക്ക് ഓട്ടോ പള്ളിപ്പുറം റെയിൽവേ സ്റ്റേഷനു മുന്നിലെത്തി...

ട്രെയിൻ കേറാൻ നിൽക്കുമ്പോഴാണ് വെളിച്ചപ്പാടും ദുബായിലായിരുന്ന മൊയ്ദീൻ കുട്ടിയേയും കണ്ടത്...

പരിചയം പുതുക്കുമ്പോഴേക്ക് ട്രെയിൻ വന്നു.. മാഷിനുംകൂട്ടർക്കും സീറ്റ് കിട്ടി, വെളിച്ചപ്പാടും മൊയ്ദീൻകുട്ടിയും ഡോറിനടുത്ത് നിന്നു...

'അല്ല മിദീനേ..

അക്കാര്യം ഞാൻ ചോദിയ്ക്കാൻ വിട്ടു... !

ഇവടയ്ക്കാപ്പോ പോണേ.. ?'

'എങ്ങട്ടുല്ല്യ, താന്യേര്ള്ള പെങ്ങളെ വീട്ടിലൊന്നു പോണം, കൊറച്ച് മിട്ടായി ണ്ട്, അത് കൊടുക്കണം, തിരിച്ചുപോരണം.. അത്രേള്ളൂ..

പിന്നെ എല്ലാ പ്രാവശ്യത്തേം പോലെ അല്ലല്ലോ ഇപ്രാവശ്യം..

ഇന്നെ അവിടുന്ന് പിരിച്ചു വിട്ടതല്ലേ...

നിതാഖത്ത്.. നിതാഖത്തേയ്..'

'ഉം... !'

വെളിച്ചപ്പാടൊന്നു മൂളി,

എന്നിട്ട് തുടർന്നു..

'ആ കുട്ടീടെ കാര്യം ആലോചിക്കുമ്പോ ഇപ്പഴും ന്റെ ചങ്ക് കത്താണ് ന്റെ മിദീനേ...'

'ഏത് കുട്ടി.. ?!' മൊയ്ദീൻകുട്ടി ചോദിച്ചു...

ആ ഇരികൃണ പെൺകുട്ടി തന്നെ...

മ്മടെ ഗോപി മാഷിന്റെ മോൾ...'

'അതെന്തേ വെളിച്ചപ്പാടേ ങ്ങള് അങ്ങനെ പറഞ്ഞേ.. ?!' മൊയ്ദീൻകുട്ടി ചോദിച്ചു...

'അപ്പൊ യ്യ് അതൊന്നും അറിഞ്ഞില്ല്യേ.. ?!' വെളിച്ചപ്പാട് ചോദിച്ചു..

'ഇല്ല്യാന്നേയ്... ! ഇങ്ങള് കാര്യന്താച്ചാ പറീം...'

'ങ്ഹാ.. ! പത്ത് നാപ്പതാമത്തെ വയസിലാ മാഷ് കല്യാണം കഴിക്കണത്... !

പിന്നേം വർഷങ്ങൾ കാത്തിരുന്നിട്ടാ ഒരു കുട്ടിണ്ടാവണത്... !'

'അതൊക്കെ നിക്കും അറിയ..., ങ്ങള് ആ കുട്ടിക്കെന്താ പറ്റീത് ന്ന് പറ.. !' മൊയ്ദീൻകുട്ടി ധൃതി കൂട്ടി...

'എസ്സെൽസി' പരീക്ഷേം കഴിഞ്ഞ് മ്മടെ പുഞ്ചപ്പാടത്തൂടെ നടന്ന് വരായിരുന്നു അത്...

അപ്പഴാ മ്മടെ ഓട്ടർഷ ഓടിച്ചീർന്ന സുനി കള്ളു ഷാപ്പിന്ന് ആ വഴിക്ക് വന്നത്...

കള്ളു തലക്ക് പിടിച്ച അവൻ അവളെ ബലമായി എടുത്ത് അവിടെ കൊയ്തു കൂട്ടിവച്ചിരുന്ന കറ്റയിൽ കിടത്തി...

(വെളിച്ചപ്പാട് ഒരു നിമിഷത്തേക്ക് നിശബ്ദനായി...)

കരയാണ്ടിരിക്ക്യാൻ അവൻ വായും മൂക്കും പൊത്തിപ്പിടിച്ച ച്ചൂത്രേ..!

ശ്വാസം കിട്ടാതേം, വേദന കൊണ്ടും അത് കൈയും കാലും ഇട്ട് അടിക്കുമ്പഴാണ് നെല്ലു കൊയ്യുന്നവരാരോ ഇട്ടിട്ടു പോയ ഒരു കൊയ്ത്തരിവാൾ കയ്യിൽ തടയണത്..

എത്ര വെട്ടാ വെട്ടീത് ന്ന് അതിനെന്നെ ഓർമ്മല്ല്യാത്രേ...

അതിലൊരു വെട്ട് കഴുത്തിനായിരുന്നു...

അവടെ വച്ച തന്നെ ഓൻ തീർന്നു....

അപ്പഴാ ഞാൻ ആ വഴിക്ക് വരണത്...

ന്നെ കണ്ടതും ഓള് വെളിച്ചപ്പാടേ ന്നും വിളിച്ച് ന്റെ മുന്നില് വന്ന് നിന്നു... !

ന്റെ മിതീനേ ചോര പുരണ്ട ആ വാളും, വെയില് തട്ടീട്ടോ ചോര തട്ടീട്ടോ ന്നറീല്യ, തിളങ്ങണ ആ മൂക്കുത്തീം കണ്ണിലെ ആളിക്കത്തണ ആ തീയും കണ്ടപ്പോ ഞാൻ വിചാരിച്ചത് കാവിലെ ദേവ്യാവും ന്നാ.. !

ന്റെ ദേവീ.. ന്നും വിളിച്ച് ഞാൻ അറിയാതെ അവൾടെ മുന്നിൽ മുട്ടുകുത്തി ഇരുന്നുപോയി... !

അതിന്റെ കരച്ചില് കേട്ടിട്ടാ പിന്നെ ഞാൻ കണ്ണ് തൊറക്കണത്...

അവസാനം ന്റെ തോളിലെ പട്ടോണ്ട് പൊതപ്പിച്ച ഞാനവളെ വീട്ടിൽ കൊണ്ടോയാക്കി...

പിന്നെ പോലീസ്, കേസ്, കോടതി, ..

അങ്ങനെ അവസാനം ഓള് 5 വർഷം കുട്ട്യോൾടെ ജയിലിൽ കിടക്കണം ന്ന് കോടതി വിധിയായി.. !

ഒരു കൊല്ലം കഴിഞ്ഞൂ പ്പോ... !

പരോളിന് വന്നതായിരുന്നു കഴിഞ്ഞ ആഴ്ച്ച..

ഇപ്പൊ തിരിച്ചു പോവ്വാവും...

പാവം... !'

അറിയാതെ മൊയ്തീൻ കുട്ടിയുടെ കണ്ണു നിറഞ്ഞുപോയി...

ഒരു ദീർഘ നിശ്വാസത്തിന് ശേഷം മൊയ്തീൻ കുട്ടി പറഞ്ഞു...

അങ്ങനെ വേണം വെളിച്ചപ്പാടേ...

ഓന് അങ്ങനെ തന്നെ വേണം.. !

ഓള് പുലിക്കുട്ട്യാ...

ഓള മാതിരി ള്ള കുട്ട്യാളാ മ്മടെ നാടിന് ആവസ്യം... !

പല്ല് ഞെരിച്ചകൊണ്ട് മൊയ്തീൻ കുട്ടി പറഞ്ഞു...

മൊയ്തീൻ കുട്ടി മീനാക്ഷിയുടെ നേരെ നടന്നു...

'ഞമ്മളെ ഒക്കെ ഓർമ്മണ്ടോ മീനാഷ്യേ.. ?

ഓർമ്മണ്ടാവൂല്യ... കൊറേ കൊല്ലായില്ല്യേ ദുബായീലായിട്ട്... !'

അപ്പുവിന്റെ കൈവെള്ളയിൽ ബോൾ പേന കൊണ്ട് ചിത്രം വരച്ച് കൊടുക്കുകയായിരുന്ന മീനാക്ഷി ശബ്ദത്തിന്റെ ഉറവിടത്തി ലേക്ക് നോക്കി...

ഒരു പുഞ്ചിരിയോടെ പറഞ്ഞു...

'ആമിനത്താത്താന്റെ പുയ്യാപ്ലയല്ലേ.. ?

നിക്ക്യ് ഓർമ്മണ്ട്...'

ഇതു കേട്ട മൊയ്തീൻ കുട്ടി സന്തോഷത്തോടെ തന്റെ പെങ്ങളുടെ മക്കൾക് കൊടുക്കാൻ വച്ചിരുന്ന മിഠായി പൊതി അവൾക്കു നേരെ നീട്ടിക്കൊണ്ട് പറഞ്ഞു...

'ദ് കൊറച്ച് മുട്ടായിയാ...

ങ്ങള് രണ്ടാളും കൂടെ തിന്നോളീം...'

'ഗോപിമാഷെ... പോട്ടെ ട്ടോ താനൂര് എത്താനായി...'

സ്റ്റേഷനിൽ എത്തിയ ട്രെയിൻ നിശ്ചലമായി... നിമിഷങ്ങൾക്കകം അതതിന്റെ യാത്ര തുടർന്നു...

കോഴിക്കോട് ദുർഗുണ പരിഹാര പാഠശാലയുടെ മുന്നിൽ ഓട്ടോ വന്നു നിന്നു...

ഗോപിമാഷിനെ കണ്ടതും പാറാവു നിന്നിരുന്ന കോൺസ്റ്റബിൾ മാത്തുക്കുട്ടി മാഷിന്റെ രണ്ടു കയ്യും ചേർത്തുപിടിച്ച് കുശലാന്വേഷണങ്ങൾ തുടങ്ങി...

എല്ലാവരോടും യാത്ര പറഞ്ഞ ശേഷം മീനാക്ഷി അകത്തേക്ക് പോയി...

കൺവെട്ടത്തുനിന്നും അവൾ മറഞ്ഞതോടെ ഗോപിമാഷ് ഒഴികെ എല്ലാവരും തിരിച്ചു വണ്ടിയിലേക്ക് നടന്നു...

ഒടുവിൽ മത്തായിച്ചേട്ടനോട് യാത്രപറഞ്ഞിറങ്ങുന്നതിനിടയിൽ അയാൾ മാഷോട് ചോദിച്ചു...

'അല്ല മാഷേ... ഇതേതാ ഈ പെങ്കൊച്ചും കുട്ടീം.. ?!'

'അത്....

അവൾ...

അവൾടെ ഭർത്താവായിരുന്നു മീനാക്ഷിയെ.... !'

മാഷ് മുഴമിപ്പിക്കാതെ നടന്നകന്നു...

അന്ന് മീനാക്ഷിയുടെ മൂക്കുത്തി തിളങ്ങിയതുപോലെ അപ്പൊ മാത്തുക്കുട്ടിയുടെ കണ്ണുകളും നിന്ന് തിളങ്ങി...

●

വൈരജാതന്റെ വേരുകൾ

പി. കൃഷ്ണദാസ്

'പകയിൽ നിന്ന് പിറവിയെടുത്തോൻ വൈരജാതൻ' ഗംഗാധരന്റെ കണ്ണുകൾ ചുവന്നു. കൈകൾ വിറയ്ക്കാൻ തുടങ്ങി. അരുതാത്തതെന്തോ സംഭവിക്കുമെന്ന ഉൾഭയം കുഞ്ഞിരാമേട്ടനിലുണ്ടായി.

"ഗംഗാധരേട്ടാ. നിങ്ങളെന്ത്ന്ന് ഈ പറയിന്നത്. ഇത് പോസ്റ്റാഫീസാണ്. തട്ടും തെയ്യത്തിന്റെ പള്ളിയറയല്ല." മറുപടി നൽകാതെ ഗംഗാധരൻ കണ്ണുകളടച്ചു. ഉള്ളിലെ പിടച്ചിൽ കണ്ണുനീരായി പുറത്തേക്കൊഴുകി. കൂർത്ത നഖങ്ങളാൽ മുഖപടം വലിച്ചു കീറി. പോസ്റ്റ് മാഷിന്റെ വേഷം ഇന്നഴിച്ചുവെയ്ക്കുന്നു. പള്ളിയറയിൽ കെട്ടിയിട്ട രൗദ്രം ആഴങ്ങളിൽ നിന്ന് സത്തയെ കണ്ടെത്തുന്നു. എത്രയോ ഋതുക്കൾ അയാൾക്ക് പിന്നിലൂടെ ഉയർന്ന് മുന്നിൽ താഴ്ന്നിറങ്ങി. കാലത്തിനനുസൃതമായ മാറ്റങ്ങളെ കണ്ണടച്ചായാലും കൈകൊണ്ട് നക്കി. മനസ്സിൽ മേളം മുറുകുന്നു. മേടം പതിമൂന്നിന്റെ പുലരിക്കായി ആ മനുഷ്യൻ കാത്തിരുന്നു.

പള്ളിയറയിൽ ഇരുമ്പിന്റെ ചങ്ങലയാൽ ശൈവാംശത്തെ അവർ ബന്ധിച്ചു. രൗദ്രശമനത്തിനായുള്ള പ്രതിവിധി. മനസ്സ് പിടഞ്ഞു. കൈകൾ പുകഞ്ഞു. സ്വാതന്ത്ര്യദാഹം ഉള്ളിൽ അലമുറയിട്ടു. വൈരം അതിന്റെ ശുക്ലം. അവനിൽ നിക്ഷേപിച്ചു. രക്തജാതനായി വൈരജാതനായി. നായങ്കാരം, പടനായകന്മാരെ, ചങ്ങലക്കിട്ടത് ശരീരത്തെയല്ലേ. ആത്മാവിനെയല്ലല്ലോ. എല്ലാ ഒരിക്കൽ അഴിയും. നല്ല

പതമുണ്ടെന്ന് കരുതി ആട കുഴിക്കാൻ നിൽക്കണ്ട.

പട്ടിണികൊത്ത പൊന്നൻ പെരുവാളിന്റെ പ്രാർത്ഥന ചെത്തിയും തുളസിയുമായി പള്ളിയറയ്ക്ക് മുന്നിൽ പ്രത്യക്ഷപ്പെട്ടു ആ ചൈതന്യധാരയിൽ ബന്ധനങ്ങൾ മുറിഞ്ഞു. രുദ്രന്റെ തിരുജടയിൽനിന്ന് ജന്മം, പള്ളിയറയുടെ വാതിൽ തുറന്ന് വൈരജാതൻ പുറത്തു കടന്നു.

"ഗംഗാധരേട്ടാ" വേണുവിന്റെ ശബ്ദം.

അയാൾ പുരാവൃത്തങ്ങളിൽ നിന്നുണർന്നു. യാഥാർത്ഥ്യം വേണുവിന്റെ രൂപത്തിൽ മുന്നിൽ നിൽക്കുന്നു.

"ഇക്കൊല്ലത്തെ കോലധാരി നിങ്ങളല്ല അല്ലേ. അത് വിജയന് കൊടുത്തുന്ന് പെരുവണ്ണാൻ പറഞ്ഞു."

പരകായപ്രവേശസിദ്ധി തന്നിൽനിന്ന് മറഞ്ഞിരിക്കുന്നു.

ആർദ്രത വറ്റിയ കാലത്തിന്റെ ഉള്ളിൽ താനെന്ത് ചുവട് വയ്ക്കാനാണ്. ഗാഗാധരൻ കാവിലേക്ക് നടന്നു. ശേഷിച്ച ഒറ്റമരത്തണലിൽ അയാൾ ഇരുന്നു. മുന്നൽ എല്ലാം തെളിയുന്നു.

മെല്ലെ തീ പടരാൻ തുടങ്ങി.

വേരുകളിലേക്കും ശാഖകളിലെക്കും പടർന്നു. മണ്ണിലേക്കും മനസ്സിലേക്കും പടർന്നു. ചെറു ചെടികൾ മുതൽ ധ്യാനനിരതരായ മഹാവൃക്ഷങ്ങൾ വരെ മാറുന്ന കാലത്തിന്റെ ഹോമാഗ്നിയിൽ ഭസ്മമായി. വിജയൻ പന്തവുമായി അലറുകയായിരുന്നു. അവന്റെ കണ്ണിലെ വിശപ്പ് അടങ്ങിയിരുന്നില്ല. ചിറക് കരിഞ്ഞ് ജീവനായി കേഴുന്ന പാതിവെന്ത പക്ഷിയെ അവൻ നിലത്തെറിഞ്ഞു. ഗംഗാധരൻ ഒരക്കൽക്കൂടി തന്റെ കണ്ണുകളടച്ചു. മുളപൊട്ടാൻ ശേഷിയില്ലാതെ ജീവൻ മണ്ണിൽ സമാധിപൂണ്ടു.

മേടം പതിമൂന്നിന്റെ മൂന്നാം മണി മാടത്തിനുമുന്നിലെ ഘടികാരത്തിൽ മുഴങ്ങി. ഇടിയും മിന്നലും മഴയും തീർത്ത് ചെണ്ടമേളം കനത്തു. ഓലകെട്ടി മറച്ച കോലപ്പുരയിലിരുന്ന് വിജയൻ മുഖത്ത് ചായം തേച്ചു. മുഖത്തെഴുത്തിന്റെ താളത്തെയറിഞ്ഞ് കുഞ്ഞിരാമേട്ടൻ അതിൽ മുഴുകി. ഉടയാടകളണിഞ്ഞ് വിജയൻ മുന്നിലെ തുറന്ന കണ്ണാടിയിലേക്ക് തന്നെ ചുരുക്കി.

“കമ്പത്തൊടിപടനായന്മാരേ” വിജയൻ അലറി. ഒരു കൈയിൽ അഴിഞ്ഞുവീഴുന്ന മുടിയും വാളും മറുകൈയിൽ പരിചയമേന്തി വിജയനിലൂടെ വൈരജാതൻ പള്ളിയറയ്ക്കു ചുറ്റും വലം വെച്ചു. പകതീർന്ന പുലരിയെയും കാത്ത് മണ്ണും വിണ്ണും നിശ്ചലമായി നിന്നു. കാവിന്റെയുള്ളിൽ ഗംഗാധരൻ ഒരു കുഴിവെട്ടുകയായിരുന്നു. മനസ്സിന്റെ അഹന്തയെ ഇട്ട് മൂടാൻ പാകത്തിലുള്ള ഒരു കുഴി. മുഖത്തെഴുത്തില്ലാതെ ഉള്ളിലെ വൈരജാതനെ അയാൾ പുറത്ത് ചാടിച്ചു.

“എല്ലാം എന്നിൽനിന്ന് തുടങ്ങി എന്നിലൂടെ നിലനിന്ന് എന്നിൽ ഒടുങ്ങുന്നു. ചരാചരസ്നേഹികളേ ഞാനുണ്ട്. കാവലായി ഞാനുണ്ട്. ഗുണം വരണം ഗുണം വരണം. ഗുണം വരണം.”

ഒറ്റമരത്തിൽ ശേഷിച്ച കിളിയുണർന്നു. പ്രകൃതിയുണർന്നു. കത്തിയ കാടിന്റെ ആത്മാക്കളെത്തി.

വിജയന്റെ കാലുകൾ തളർന്നു. ചുവടുകൾ പിഴച്ചു ഉരിയാട്ടുമ്പോൾ നാവ് കുഴഞ്ഞു. ഉടയാടകളോടെ അയാൾ നിലംപതിച്ചു.

“മണ്ണുമായി ചേരട്ടേ എല്ലാ മണ്ണുമായി ചേരട്ടെ” ഗംഗാധരൻ. കുഴിക്ക്ചുറ്റും ചിലങ്ക കിലുക്കി നടന്നു. വിജയന്റെ കണ്ണുകൾ ഒറ്റമരത്തിൽ കീഴിലെ കുഴിയിൽ സമാധിയായി. അയാൾ ഒരുപാട് വേരുകൾ കണ്ടു. അതിലൂടെ മുകളിലേക്കൊഴുകുന്ന ജീവാമൃതത്തെ കണ്ടു, കണ്ണുകൾ മുകളിലേക്ക് നീണ്ടു. ശിഖരങ്ങളിൽ പാതിയുടലിൽ അച്ഛനെയും മറുപാതിയിൽ വൈരജാതനെയും കണ്ടു. തന്നിലേക്ക് കൂടുതൽ അടുത്തതായി അയാൾക്ക് തോന്നി.

പുതുനാമ്പിന്റെ സാധ്യതകൾ വിത്തിൽ ഉണർന്നു.

●